ADHIKA

(Objective)

AKDANG DE KALIDAD NA HINULMA NG KAISIPAN

Koleksyon ng mga Tula

Ni

ROMMEL R. QUINSAY

COPYRIGHT © 2021 ADHIKA by ROMMEL R. QUINSAY

Published by Poetry Planet Publishing House
Rosario Pozorrubio Pangasinan Philippines
Contact number: 09554960044
Edited by Marie Ezekiel
Designed by Tess Ritumalta
Cover designed by Elmer Ventura

Pictures used are taken in Pinterest and may contain its own copyrights

ISBN:
978-621-8253-59-9 (hardbound)
978-621-8253-60-5 (softbound)
978-621-8253-61-2 (mobile/kindle)

ACKNOWLEDGMENT/ DEDICATION

I dedicate this book to my mother Remedios (who was already with God), dad Romy, who is always there for me. To Ate Grace and Brother Darius who always strengthened me. To Myer Ronald and Ate Penny. To my nieces, Diana Marie, Daryll, and Steph giving comfort and fun. To my Colleagues in *Pamatawan* who is with me in sadness and joy. To all my friends who have given support. And above all in the Creator who gave me talent so I could make poems. Once again thank you very much for all of you.

R.R.Q

FOREWORD

The aim of this book is to cultivate and encourage readers to enjoy different poem-ideas. It contains one hundred poems of inspiration, hope, and emotion-filled lines coming from the heart. The author also wants us not to forget poems that reflect patriotism. That's why he scribbled quality poems written in *tagalog* for the Filipino people.

NILALALAMAN

HIWAGA NG BUHAY

Ang buhay ng tao'y napakahiwaga
Minsan ika'y nasa taas, minsan nama'y ika'y nasa
ibaba
Huwag sumuko sapagkat may karamay ka
Andiyan ang Diyos na gagabay tuwina.

Maraming pagsubok sa bawat panahon
Talagang ganyan, laging may paghamon
Kapag ika'y nadapa matutong bumangon
At bigyang pansin ang bukas at ngayon.

Sa iyong paglalakbay sa landas ng buhay
Laging manalangin, ama sa langit ay kaagapay
Mga turo niya'y magsisilbing gabay
Upang paglalakbay maging matagumpay.

Ang mga pagsubok ay matapang mong harapin
Ang lahat ng dagok ay malalagpasan mo rin
Magtiwala ka lang ika'y diringgin
Huwag sumuko, tibayan ang loob at damdamin.

Kung ikaw man ay nadapa at nasugatan
Muli kang tumayo't ituloy ang laban
Tahakin ang tamang landas na daan
Upang magandang buhay ay makamtan.

Kung may mga taong sinisiraan ka
Huwag silang pansinin, hayaan sila
Huwag magdamdam at huwag mabahala
Ipagpasa-Diyos na lamang ang kanilang ginagawa.

Hiwaga ng buhay may bagong pag-asa

Huwag sumuko ipikit ang mga mata
Pakaisipin lagi na may bukas pa
At ating harapin ang bagong umaga.

BUMANGON KA

Bumangon ka't magsimulang muli
Sa pagkakadapa'y iyong kalimutan at iwaksi
Lakas at tibay ng loob upang magwagi
Bawal manghina at maging api.

Kailangan mong malagpasan mga suliranin
Ito'y pagsubok lamang na kaya mong lutasin
Huwag paapekto, maging matiisin
Bagong umaga'y iyong kakamtin.

Pilitin mong ibalik muli
Ang totoong ngiti sa iyong labi
Huwag matakot at maduhagi
Magandang karanasan ay ibahagi.

Bumangon ka para sa kinabukasan
Magsikap rin para sa kaunlaran
Maging matiyaga't ipakita ang kasipagan
Upang buhay mo'y may kahihinatnan.

ORAS

Oras ay mahalaga sa bawat isa sa atin
Pantay-pantay anuman ang naisin
Bawat minuto't segundo'y ating pag-ibayuhin
Huwag nang ipagpabukas kung kaya namang
gawin.

Huwag ipagpaliban ang mga tungkulin
Oras ay huwag sasayangin
Gawing makabuluhan at iyong atupagin
Anumang gawain iyong ayusin.

Pagdaan ng oras ay napakahalaga
Kaya maging masinop at matiyaga
Kung kayang gawin ay ngayon na
Huwag nang ipagpabukas pa.

Sa ating buhay may mga pangyayaring minsan
lang dumaraan
Kaya gawin nating itong makabuluhan
Oras ay ating gamitin ng tama para sa ating
kinabukasan
Sapagkat kung ito'y nakalipas na, di na maaaring
balikan pa.

Kaya ating isapuso't isaisip ang kahalagahan
Ng bawat oras sa ati'y nagdaan
Bawat pag-ikot ng orasan
Hudyat na may bagong pag-asa't tagumpay sa
ati'y nakalaan.

PATAWAD NA AKING SINTA

O giliw ko ika'y nagtatampo
Nananahimik tuwina't di kumikibo
Malamlam na mga mata'y nagsusumamo
Hikbi at luha'y unti-unting tutulo.

Alam kong ika'y nagdaramdam sa akin
Di mo man iparamdam o sabihin
Damang-dama ko ang bigat sa iyong damdamin
Kaya naman ito'y di ko kayang tiisin.

Di ko na nasisilayan ang malalambing mong ngiti
Na nagbibigay kilig sa akin lagi
Ito'y napalitan ng lungkot at pighati
Kitang-kita sa malarosas mong labi.

Patawad na aking sinta
Ika'y mahabag na, sa akin ay maawa
Tanggapin mo pagsusumamo tuwina
Puso'y muling buksan ibalik ang tamis at saya.

Ngumiti ka na at tumingin sa aking mga mata
Nang maramdaman kong ako'y pinatawad mo na
Upang ang puso ko'y mapanatag na sinta, wala ng
takot at kaba
Ito'y napalitan na ng pagmamahal at ligaya.

KALUNGKUTAN SA TAG-ULAN

Tuwing sumasapit ang tag-ulan
Ako'y labis na nasasaktan
Nagpapaalala ng aking kasawian
At lamig ng kapaligiran.

Sa bawat patak ng ulan
Puso ko'y unti-unting sinusugatan
Ramdam ko ang labis na kalungkutan
Dahil sa dilim ng kalangitan.

Ako'y nangungulila tuwina
Luha ko'y pumatak na, o aking sinta
Dahil sa iyong mga pasakit, ako'y natutulala
Sana ito'y panaginip lamang pala.

Mga araw ng aking pag-iyak
Puso'y unti-unting winawasak
Wala na ang tunay na saya at galak
Pagbabalika'y wala nang balak.

Sana sa muling pagbuhos ng ulan
Di ko na mararamdaman ang kalungkutan
Sana sa lamig ng kapaligiran
Ako'y di na muling masaktan.

SA DALAMPASIGAN

Kaysarap mamasyal sa dalampasigan
Mga puting alon na parang naghahabulan
Mga tanawing di ka magsasawang pagmasdan
Kahali-halina sa puso't isipan.

Sa dalampasigan iyong mararamdaman
Ang tunay na kaligayahan
Mga problema mo'y iyong malilimutan
Sapagkat ganda nito'y iyong masisilayan.

Mamamangha ka sa pagsikat ng araw sa kalangitan
Mga sinag nito'y kitang-kita sa dalampasigan
Nag-aanyayang ito'y pasyalan
Bagong umaga sayo'y nakalaan.

Sa dalampasigan mapapawi iyong kalungkutan
Lahat ng suliranin iyong malalampasan
Tumingin ka lamang sa asul na karagatan
Iyong kalooban gagaan nang tuluyan.

Kaya yayain mo na iyong kaibigan
Tara nang mamasyal sa dalampasigan
Sasama ang lahat walang maiiwan
Ating lasapin tunay na kagalakan.

ARAW

Sinag ng araw ating masasaksihan
Hindi mabilang-bilang ang iyong kahalagahan
Kung ika'y titingnan
Lubos ang aming kagalakan.

Sinag mo'y sadyang nakakatunaw
Sa initan, apoy mo'y nakalulusaw
Salamat sa bigay mong ilaw
Puso nami'y lubos na umaapaw.

Ang iyong liwanag ay nagbibigay pag-asa
Na ang lahat ng suliranin at mga problema ay
kayang-kaya
Sa mga taong tila pagod na
Upang sa buhay ay makibaka.

Iyong sinag ay napakaganda
Kami'y nahuhumaling sa iyong pagpapakita
Magandang pag-asa ang hatid ng isang umaga
Tagumpay ng bawat isa'y makakamtan na.

BIBLIYA

Mga aral ni Hesus inyong matutunghayan
Sa aklat na puno ng kaalaman
Magagandang balita sa bawat mamamayan
Basahin ang bibliya sa bawat tahanan.

Ang aklat na dapat tangkilikin
Ng bawat isa sa atin
Naglalaman ito ng espiritwal na pagkain
Na gumagabay sa ating mga gawain.

Kapag tayo'y nakararanas ng mga suliranin
Kunin ang bibliya't ito'y basahin
Sabayan ng taimtim na panalangin
Ipikit ang mga mata at ika'y diringgin.

Napakahalaga ng aklat na ito
Sapagkat napapagaan nito ang kalooban ng bawat
tao
Kaya ating isapuso nang totoo
Upang ang bawat isa'y umasenso.

Kaya ating basahin ang bibliya araw at gabi
Upang malinang magagandang ugali
Magiging makabuluhan ang bawat sandali
Wala nang alitan,buhay katangi-tangi.

KALIKASAN ATING PANGALAGAAN

Kung ating pagmamasdan ang kapaligiran
Magandang tanawin ay masisilayan
Mga punong nagsisitayugan
Masasabi nating ito'y kayamanan.

Ang Poong Maykapal ay napakatalino
Marami siyang nilikha dito sa mundo
May mga bulaklak, magaganda't mabango
Na nakapagbibigay aliw sa mga tao.

Sagana tayo sa likas na yaman
Tulad ng mga halaman at kabundukan
Pati ang ilog, lawa at karagatan
Na nagpapaganda at kaaya-ayang tingnan.

Subalit ano ngayon ang nangyayari
Bakit di ko mawari
Kalikasa'y sinisira ng paunti-unti
Hanggang sa nakasanayan na't gawin palagi.

Napakasakit mang isipin
Kung ang ating mundo'y sisirain
Ang epekto nito'y babalik din sa atin
Kung masama ang ating hangarin.

Kaya kalikasan ating pangalagaan
Huwag sana nating hayaang mawasak nang
tuluyan
Pagyamanin,mahalin at pakaingatan
O kalikasan,para sa kinabukasan.

SELFIE

Iba't ibang cellphone at kamera
Ang sumikat at umiksena
Na lalong pinaigting ng social media
At naging dahilan ng pagseselfie ng madla.

Bago pa man nagpakita si Retrica
May ibang kamera na ang nakilala
Kamera 360 ang ngalan nya
Kaya naman ang pagseselfie ay kinasabikan na.

Pagseselfie ay nakagawian na
Malungkot ka man o masaya
Kaakit-akit ka man o kaaya-aya
Ang importante'y gustong-gusto mo ang iyong
ginagawa.

Teknolohiya'y ating naging inspirasyon
Sa paglikha ng makabuluhang imbensyon
Lalo na ngayong bagong henerasyon
Na di mo makikita noon.

Selfie'y nakatatak na sa ating isipan
Pampalipas oras at libangan
Kaya anywhere at anytime
Selfie-selfie din pag may time.

ANG AKING GITARA

Ang aking gitara'y kasa-kasama ko tuwina
Saanman ako magpunta
Magandang tunog nya'y kaysarap sa tenga
Kung kaya kinagigiliwan ng madla.

Gitara ko'y pumapawi ng kalungkutan
Makinig ka lang ika'y aking aawitan
Boses ko'y iyong pakinggan
Musikang hatid ay kinapapanabikan.

Ang aking gitara'y nagbibigay kagalakan
Mga problema mo'y iyong malilimutan
Pakakalmahin iyong kalooban
Mensahe ng kanta'y iyong mararamdaman.

Ang gitara ko'y parang ako
Mabuting kaibigan nagpapayo sa iyo
Sa lungkot at tuwa kasama mo ako
Di ka iiwan laging nasa tabi mo.

Pasasalamat sa iyo, O aking gitara
Sa magagandang liriko at musika
Bawat awiting kahali-halina
Nagbigay aral sa aking buhay tuwina.

ARAW NG KALAYAAN

Sa araw na ito ating sariwain
Mga bayaning nagbigay adhikain
Sa ating bansang mataas ang hangarin
Kalayaan at kapayapaan kaysarap kamtin.

Hunyo 12 ipinagdiriwang ng lahat
Saanmang panig ng bansa'y nagbubunyi't
nagpapasalamat
Mayaman, mahirap,kayumanggi ang balat
Kalayaan, kaysarap gunitain nang tapat.

Magpasalamat tayong tunay
Sa mga bayaning nag-alay ng buhay
Sa pakikipaglaban sa mga kaaway
Ating nakamit ang masarap na tagumpay.

Kaya't ating sanang pakatatandaan
Ang kanilang pagpupunyaging kamtin ang
kalayaan
Karapat-dapat lamang na sila'y alayan
Ng pagkilala't pagpaparangal ng sambayanan.

IKA'Y MUSMOS PA LANG

Huwag madaliin ang iyong pagtanda
Magpakasaya muna habang bata
Sumunod sa magulang upang lumaki ka ng tama
Nang sa gayon ika'y di mapapariwara.

Ika'y musmos pa lang kaya ikaw muna'y makinig
Sa mga payo't suportang nakakaantig
Mga pangaral na lagi nilang sambit
Ito'y sundin upang di sila magalit.

Ika'y musmos pa lang kaya't ikaw muna'y
magpasakop
Sa mga magulang mong sa iyo'y kumukupkop
Na walang sawang sumusuporta't naglilingkod
Upang kinabukasan mo'y maitaguyod.

Ika'y musmos pa lang kaya huwag sumagot nang
pabalang
Huwag magdabog at maging matapang
Pagiging bastos at walang paggalang
Ito'y iwasan na, bagkus mahalin ang magulang.

Ika'y musmos pa lang kaya hindi mo pa kayang
harapin ang mga unos at bagyo
Problema't suliranin at hamon ng mundo
Ika'y tutulungan ng mga magulang mo
Kaya huwag matakot sila'y kakampi mo.

Kabutihan ang hangad ng bawat magulang sa anak
Sapagkat ayaw nilang sila'y mapahamak
Kinabukasan din ang tangi nilang gusto
Upang kung sila'y mawala na,mga anak nila'y
asensadong totoo.

PAGSUBOK

P-agod at pasakit ay ating nararamdaman
Pagsuko't pagtalikod dumarating sa isipan
Sa ating pagtulog ating napapanaginipan
Sana sa paggising problema'y mapagtagumpayan.

A-lisin ang takot sa ating katawan
Sarili'y pagtiwalaan, pagsubok lamang yan
Mapait man ngayon ang daang nilalakaran
Bandang huli'y mayroong tamis na matitikman.

G-aano man kabigat ang nasa iyong balikat
Ika'y pumikit pansumandali at iyong imulat
Umaga'y harapin ng buong lakas ,pag-asa'y iyong iangat
Nang sa gayon may maganda itong kaakibat.

S-a ating buhay kasiyahan at kalungkutan ay nararanasan
Ika'y magdasal sa Kaitaasan
Nang sa gayon ika'y kalulugdan
Ika'y patitibayin at gagabayan.

U-lit-ulitin mo man ang iyong pag-iyak
Ang lakas mo'y mauubos tiyak
Hayaan ang problema kahit sangkatutak
Ingiti mo lang at ika'y humalakhak.

B-abaguhin ka ng mapagbirong tadhana
Pagkakataon na sayo'y nakaadya
Mga hamon sa mundo'y kayang-kaya pala
Kapag ika'y nadapa, bumangon ng may pagpapala.

O-ras mo ay bigla na lamang darating din
Mamumutawi sa iyong bibig at babanggitin
Pagkatapos ng unos, salamat ang bibigkasin
Sapagkat tibay ng dibdib ang dadamhin.

K-ahihinatnan man ay tanggapin ng buong kalooban
Masama man o mabuti sa puso't isipan
Ito'y mananatiling gabay sa sarili't huwag panghinayangan
Mga karanasan sa buhay ay ating pahalagahan.

PASASALAMAT SA AKING MGA MAGULANG

Ako'y tinuruan ng kagandahang asal
Nagbigay ng payo at mga pangaral
Sa gitna ng hirap ako'y pinag-aral
Mga magulang ko, kayo'y aking ikinararangal.

Ang aking buhay sa inyo nagmula
Pangalawa sa Diyos na syang lumikha
Minahal at inaruga ng inyong kalinga
Kaya naman lubos ang aking pagpapala.

Mula ng ako'y isilang sa mundo
Sadyang hindi biro mga sakripisyo ninyo
Pagmamahal ninyo'y nagsisilbing lakas ko
Pag-ibig na iniukol sa aki'y totoo.

Napakapalad ng aking buhay
Sapagkat may magulang akong handang
dumamay
Sa mga problema'y sila'y kaagapay
Nagpapalakas loob at nagpapatibay.

Unti-unti nang natutupad ang aking mga pangarap
Dahil sa mga magulang kong may tamang
paglingap
Tagumpay ay akin nang nalasap
Wala ng lungkot, wala na ring hirap.

Lubos ang pasasalamat sa aking mga magulang
Sila ang aking naging takbuhan at pananggalang
Kaya naman lagi kong isinasaalang-alang
Na sila'y mahalin, irespeto at igalang.

YELLOW BELL

Dilaw na bulaklak aking pinagmasdan
Halimuyak nito'y tumambad sa aking harapan
Talulo't nito'y gusto kong hawakan
Kaygandang tanawin, nagbibigay kaligayahan.

Yan ang yellow bell na bulaklak sa aming hardin
Pag ito'y aking nakikita di ko maiwasang kiligin
Sapagkat kawangis niya'y babaeng aking iibigin
Sa panaginip ito'y magkakatotoo rin.

Sa balintataw ko'y nailalarawan
Ang yellow bell na tulad sa simbahan
Kampanang maganda't may kaliitan
Di man tumutunog subalit nagbibigay kasiyahan.

Yellow bell napakagandang bulaklak
Nagbibigay aliw at galak
Tayo'y magtanim ng sangkatutak
Nang sa gayon tayo'y magkaisa't di magwatak-
watak.

SEEN ZONE

Ramdam mo ang kalungkutan
At ito ang ayaw mong maranasan
Sapagkat mensahe mo'y kanyang binalewala
lamang
Habang ikaw ay patuloy na nag-aabang.

May plano pa kaya na ikaw ay replayan
O seen zone na lang, mga simpleng galawan
Gusto talagang damdamin mo'y masaktan
Para ibaling na lang sa iba pag-ibig na kailanman.

Seen Zone na lamang kung ayaw ka ng taong iyong
nagustuhan
Ang gusto lamang pala ay simpleng pagkakaibigan
Wala ng pag-asa, puso'y sugatan
Magdasal ka lamang, may planong nakalaan.

Ika'y bumangon at ituloy ang laban
Huwag paapekto kahit nasasaktan
Wika nga ng mga nakaranas ng kasawian
Wala namang forever, yan na lang ang
pakatatandaan.

PAGKATALO ATING TANGGAPIN NG BUONG PUSO

Maraming tao ang hindi marunong tumanggap ng
pagkatalo
Sila'y nagdadabog at nagrereklamo
Sasabihing sila'y dinaya at may kinampihan ang
mga hurado
Para lang masabing hindi talaga sila talo.

Ang iba'y hindi pa makuntento
Iinsultuhin at lalaitin pa ang mga nanalo
Hahalungkatin ang lahat ng bagay tungkol dito
Na wala namang kinalaman sa laro.

Pipiliting sirain ang pagkatao ng nanalo
Para lang maipalabas na hindi ito karapat-dapat na
manalo
Grabe kung manlait o mang-insulto
Pagiging isport tinalikuran nang todo.

Sa bawat laro at kumpetisyon, hindi lahat ay
nananalo
Natural lang na merong mananalo at matatalo
Ibig lang sabihin na mas epektibo ang istratehiya
ng nanalo
Samantalang ang natalo ay kinakailangan pang
pagyamanin pa nang husto ang kanyang talento.

Pagkatalo ating tanggapin ng buong puso
Maging isport at makipagkamay sa mga nanalo
Pagbutihan na lang sa mga susunod na
kumpetisyon at mga laro
Upang makamit naman ang minimithing
tagumpay o kampeonato.

PAG-ALALA KAY DR. JOSE RIZAL

Ika-19 ng Hunyo ating ginugunita
Makasaysayang araw sa ating bansa
Para kay Rizal ang araw na itinakda
Puspos ng kabayanihan at pagpapala.

Ating sariwain ang kanyang kagitingan
Na sa mga Pilipino'y tunay na huwaran
Alalahanin at ating ipagsigawan
Kanyang mga nagawa para sa ating bayan.

Ang Pilipinas ay mahal niyang tunay
Sapagkat buhay ay handa niyang ialay
Mailigtas lamang ang mga kababayan
Laban sa mga kaaway at kalaban.

Nang siya'y namatay nagluksa ang sambayanan
Lumuha ang lahat dahil sa kalungkutan
Namulat at nagising sa katotohanan
Handang bumangon sa kaalipinan.

Sa bansang alipin ng mga dayuhan
Buong giting siyang nagpamalas ng kadakilaan
Para sa ikatutubos ng ating bayan
Laban sa mapang-aping mamamayan.

Ngayon ay ating bigyang-pansin
Mga turo't pangaral niya sa atin
Sa ating buhay ito'y mananatili pa rin
Dito sa ating puso't lahi natin.

DESISYON

Dumarating sa buhay ng tao
Na tayo'y naguguluhan at litong-lito
Hindi alam kung saan patutungo
Isip natin ay gulong-gulo.

Kung minsan tayo'y naiipit
Sa mga sitwasyon tayo'y nagigipit
Ngunit dapat ba natin itong ipilit
Kung di-makakabuti ang kapalit.

Pagkakataon man tayo'y sinusubukan
Manalig at magdasal lamang sa kaitaasan
Upang mga problema'y masolusyunan
At hindi ang dinidikta ng puso ang siyang maging
batayan.

Atin sanang pakaisipin
Ang mga desisyon na nais nating gawin
Baka sa huli ay ating pagsisihan din
Desisyon ay di na maibabalik at di na pwedeng
bawiin.

Habang tayo'y may oras pa
Pakaisipin ang nakabubuti't tama
Upang hindi mapariwara
At ang buhay ay mapuno ng biyaya.

Kaya huwag magpadalos-dalos sa ating desisyon
Kailangan lang ng tamang aksyon
Sa mabuting gawain ang tuon
Para guminhawa sa lahat ng pagkakataon.

BANGKA

Ang buhay ng tao'y tulad ng isang bangka
Tayo'y pinapalutang ng Diyos na lumikha
Sa agos ng buhay na dakila
Na puno ng inspirasyon at pagpapala.

Sa ating pag-usad ay may layunin
Iba't ibang pagsubok ating dadanasin
Hindi susuko't susubukang lutasin
Hindi patitinag kahit singlakas ng hangin.

Sa ating paglalakbay
Mayroong bababa at sasakay
Sa bangkang puno ng mithiin sa buhay
Lakas ng loob ang kailangan upang maging
matibay.

May bangkang lulubog at mawawala
Pangarap di na maaabot at mababalewala
Pagsuko't pasakit ang ginawa
Kaya nama'y buhay napariwara.

May bangka namang nagtatagumpay
Sa mga bagyo't unos ay di nagpapatangay
Sa tibay at lakas ng kanyang taglay
Maaabot na ang tunay na pakay.

Upang makamit ang tagumpay sa buhay
Sumakay sa bangkang matibay
Puno ng pag-asa't pangarap na tunay
Kinabukasa'y dito nakasalalay.

TAYO'Y MAGSUMIKAP

Tayo'y magsumikap sa mga gawain
Nararapat na ito'y ugaliin
Kaunlaran sa buhay ay ating kakamtin
Samahan pa ng sipag upang matupad mga mithiin.

Ating isapuso't isip mga ginagawa
Pagod at hirap hindi alintana
Pag-asenso natin sa tuwi-tuwina
Walang maiiwan basta't magsumikap ang bawat
isa.

Walang mahirap sa taong may pangarap
Kahit na nahihirapan ay kayang-kaya pala
Tayo'y magsumikap ang pinakamahalaga
Para sa kinabukasan at pag-asenso tuwina.

Mga suliranin sa buhay ay makakaya
Basta't sama-sama ang magkakapamilya
Kaibigan, kalaro at mga katropa
Tayo'y magsumikap, makakamtan ang pag-asa.

Sa buhay natin, sipag at tiyaga ang kailangan
Upang mapaganda ang kinabukasan
Kaya tayo'y magsumikap sa ating larangan
Pagbutihan ng husto para sa tagumpay
magpakailanman.

PAGPUPUGAY SA MGA SUNDALO

Makabagong bayani kung sila'y tawagin
Walang inuurungan lahat ay susuungin
Kahit buhay nila'y malagay sa alanganin
Basta't para sa kaligtasan ng bayan natin.

Sila'y walang takot sa mga digmaan
Sa mga pasabog at malalakas na putukan
Kahit panganib ay di inaatrasan
Basta't para sa katahimikan ng bawat mamamayan.

Kanilang mga pamilya'y pansamantalang nililisan
Buhay ay itinataya para sa mahal na bayan
Kahit nararamdaman nila ang kalungkutan
Sila'y patuloy pa ring lumalaban.

Pagpupugay sa mga sundalo'y karapat-dapat
Sapagkat sila'y ulirang totoo at matapat
Masigabong palakpakan para sa kanilang lahat
Mabuhay mga sundalong Pilipino, ating tularan
dapat.

PAGKAKAMALI

Patawad sa aking nagawang kasalanan
Madalas nating naririnig yan
Sa mga taong nakakagawa ng kamalian
Sila'y may kanya-kanyang kadahilanan.

Oo nga mga tao'y may kahinaan
Pero wag namang gawing libangan
Paggawa ng kamalian
Na sa bandang huli'y inyo ring pagsisisihan.

Dahil sa isang pagkakamali mo
Pwedeng lahat ay mawala sayo
Wala nang maniniwala ng totoo
Sa lahat ng pinagsasabi mo.

Sa isang pagkakamali'y dapat maging tapat
Mga mata'y dapat iyong imulat
Matatapos din ang lahat
Pagkakamali'y itama at gawin ang nararapat.

Pagkakamali'y mababawasan
Kung itatama at pagsisisihan
Gumawa ng mabuti para sa kinabukasan
At makamit tunay na kapayapaan.

KUMPLIKADONG BUHAY, MAIIWASAN

Kumplikadong buhay, maiiwasan mo
Sapagkat ang totoo tayo ang nagpapagulo
Dahil sa ating maling disposisyon at diskarte
Ang mga bagay ay nagiging imposible.

Madalas tayo'y nahihirapan at nasasaktan
Dahil na rin sa ating kagustuhan
Pwede namang ito'y di maranasan
Kung matututo tayo sa ating mga kamalian.

Halimbawa ayaw sa iyo ng ibang tao
E di, wag mong ipagsiksikan ang sarili mo
Marami pang nilalang dito sa mundo
Na magmamahal at magbibigay importansya sa iyo.

Wag pansinin ang opinyon ng iba
Dahil puro kapintasan mo lang ang kanilang
nakikita
Basta alam mong nasa tama ka
E, ano ngayon kung magalit sila.

Wag kang gumawa dahil gusto lang nila
Kumilos ka dahil dito ka masaya
Wag kang malungkot kung di ka nagtagumpay
Ang mahalaga'y sumubok ka't naging matibay.

Kung ika'y susuko, anong mapapala mo?
Para mo na ring sinabing magdiwang na kayo
Lalo na sa mga taong nagnanais ang pagbagsak mo
Parang sinabi mong panalo na kayo.

Kumplikadong buhay, maiiwasan mo
Lalo na kung ika'y mabuting tao
Anumang problema't pagsubok ang dumating
sayo
Tiyak ito'y mapagtatagumpayan mo.

EDUKASYON SA ATING BUHAY

Edukasyon ay hagdan ng tagumpay
Tanging pamana ng magulang na maibibigay
Ito'y higit pa sa kayamanan
Na di maaaring manakaw ninuman.

Edukasyon ay susi sa kinabukasan
Kaya naman pinagsusumikapan
Ng mga mag-aaral na makatapos sa paaralan
Upang sa huli'y pangarap ay makamtan.

Mga mithiin sa buhay ay abot-kamay
Kapag edukasyon ay iyong kaagapay
Mga pagtitiis at paghihirap
Masusuklian ng ginhawa sa hinaharap.

Edukasyon sa ating buhay
Ating pag-ibayuhin upang magsilbing tulay
Na magiging susi para mapasakamay
Sa minimithing rurok ng tagumpay.

Kaya mga kabataan ay huwag sayangin
Pahalagahan ang edukasyon sa puso't damdamin
Maging matatag sa mga unos na susuungin
Upang sa huli'y maabot ang mithiin.

PANYO

Kapirasong tela kung iyong mamasdan
Subalit pagpatak ng iyong luha'y maiibsan
Mga pisngi mo'y mahahagkan
Ibayong sakit na nararamdaman ay mawawala
nang tuluyan.

Sa ating buhay may mga kaganapan
Na dumadating na lang at di inaasahan
Ang panyo'y laging andyan at handa kang
damayan
Lalo na sa panahon ng kalungkutan.

Kung ika'y nangangatog sa takot at kinakabahan
Di na mapakali sa nararamdaman
Sapagkat namumutawi ang nerbyos sa katawan
Andyan ang panyo hinding-hindi ka iiwan.

Kapag may problema ka't walang masabihan
Iiyak mo lang, dibdib mo'y gagaan
Luha mo'y iyong punasan
Panyo iyong kaagapay para maibsan ang
kapighatian.

O panyo maliit ka man kung titingnan
Ngunit ika'y napakahalaga sa ating lipunan
Sa hirap man o kaginhawaan
Ika'y laging andyan upang kami'y samahan.

MAGTIPID NA TAYO

Atin nang simulan ngayon
Magtipid na tayo upang makaahon
Gumastos ng tama't napapanahon
Upang di maghirap sa buong taon.

Pagtitipid ay atin sanang matutunan
Sapagkat may maidudulot ito sa oras ng
pangangailangan
Ating buhay gaganda nang tuluyan
At makakaraos din tayo sa kagipitan.

Magtipid na tayo sa lahat ng bagay
Upang malasap maalwang buhay
Huwag magastos, mag-impok na tunay
At kailangan ng tamang paggabay.

Magtipid na tayo't ating ugaliin
Upang mayroong isinuksok may kaagad
dudukutin
Lalo na't pag-ika'y gipit o maysakit
Pera'y unti-unti mong magagamit

Magtipid nang todo yan ang hamon
Sa bawat tao, saan man naroroon
Puso't isipan ating ikondisyon
Sa magandang buhay ating ituon.

PANIBAGONG ARAW

Kaygandang pagmasdan ang kalangitan
Nagbabadya ng pag-asa't kaunlaran
Sa bawat nilalang na nahihirapan
Panibagong araw ay masisilayan.

Paggising sa umaga'y puno ng kagalakan
Mga problema'y isantabi nang tuluyan
Biyaya ng Diyos ay makakamtan
Basta't masipag ka ika'y kalulugdan.

Ating purihin ang Diyos na lumikha
Buong galak na tanggapin ang kanyang pagpapala
Siya ang tunay na may -akda
Kaya't panibagong araw ay itinakda.

Kaya sa nawawalan ng importansya sa buhay
Ika'y magdasal at magnilay-nilay
Maging matatag at maging matibay
Upang ika'y umasenso't di sumablay.

Panibagong araw gawing makabuluhan
Dagdagan pa ang kasipagan
Upang lahat ng pangarap ay makuha nang lubusan
At magpasalamat sa Diyos ay huwag kalimutan.

DIKSYONARYO

Ating basahin ang diksyonaryo
Upang tayo'y labis na matuto
May tagalog, ingles o anumang dayalekto
Makapal, manipis luma't makabago.

Sa aklat na ito'y matatagpuan
Mga salitang may tamang bigkas at kahulugan
Pati na rin titik at baybay iyong matutunghayan
Talaga namang marami kang matututunan.

Kaya naman mga mag-aaral at kaibigan
Buklatin ang diksyonaryo't huwag nang mag-
alinlangan
Ito'y basahin upang mapatunayan
Maraming aral na kapupulutan.

Mga bata sa eskwela, dapat diksyonaryo'y basahin
tuwina
Tingnan mabuti at huwag magsawa
Upang makamit minimithing gantimpala
At karununga'y tuluyang makuha.

Kaya ang diksyonaryo'y pakaingatan
Sapagkat maraming salitang masisilayan
Alisin ang duda't pag-aalinlangan
Gamitin ng wasto't makabuluhan.

TSINELAS

Sa aking kamusmusan hanggang sa tumanda
Ikaw na ang lagi kong kasama
Pagsapit ng gabi hanggang sa dumating ang
umaga
Ikaw ang aking suot sa hirap man o ginhawa.

Naaalala mo pa ba?
Kung saan tayo unang nagkita
Sa lumang tindahan malapit sa plasa
Isinukat at binili na kita.

Kapag ako'y nabaon sa putik , hindi kita iiwan
Kapag ako'y tinangay ng alon, hindi kita hahayaan
Kapag ako'y nadapa, pipilitin kong bumangon
nang tuluyan
Tsinelas ko, ika'y aking pakaiingatan.

Isusuot kita ng buong puso
Iingatan kita na parang ginto
Maging matibay ka at huwag sumuko
Upang magsama tayo hanggang sa dulo.

Kasangga kahit nauubusan ng lakas
Sa paghakbang nag-iiwan ng bakas
Kalauna'y hindi inaasahang mapigtas
Salamat tsinelas ko, katuwang hanggang wakas.

Kung ano man ang aking narating
Heto ka pa rin sa aking piling
Balang araw alam kong ako'y iyong lilisanin
O tsinelas ko, maghihiwalay din ang ating
landasin.

BAYANIHAN

Tayong mga Pilipino'y nagtutulungan
Kapit-bisig handang dumamay para sa bayan
Maging sino ka man, nandyan ang bayanihan
Hawak-kamay sa magandang kinabukasan.

Sa oras ng delubyo't sakuna, doon makikita
Ang pagkakaisa ng ating kapwa
Pagtulong sa mga naapektuha't nasalanta
Isang halimbawa ng bayaniha't kawanggawa.

Iba't ibang paraan ng pagtulong ating masisilayan
Sa mga kapuspalad sa ating sambayanan
Pagsunod sa batas at pangangalaga sa kalikasan
Tayo'y magkaisa't maging huwaran.

Bawat isa'y maaring maging bayani
Ito'y sisimulan sa ating sarili
Isapuso't isip kung anong makabubuti
Para sa lahat at hindi lang pansarili.

Bayanihan ay ating suportahan
Makisali't makilahok ang lahat sa lipunan
Tuloy-tuloy ang pagsulong walang maiiwan
Uunlad ang lahat sa pamayanan.

KAPALIGIRAN

Napakagandang pagmasdan
Ang malinis na kapaligiran
Ngunit bakit pinabayaan at ano ang kinahinatnan
Mga basura'y nakakalat kung saan-saan.

Parating pa naman ang tag-ulan
Mga duming ikinalat ay naglilitawan
Tayo rin ang magdurusa't mahihirapan
Iba't ibang sakit at karamdaman, tayo'y dadapuan.

Sana tayo'y magsama-sama't magtulungan
Sa ikabubuti't ikaaayos ng ating kapaligiran
Pagkakaisa ang siyang kailangan ng bawat
mamamayan
Kaya dapat nating alagaan ang ating kalikasan.

Buksan natin ang ating mga mata
Mga likas na yaman dulot sa ati'y biyaya
Ito'y ingatan at pagyamanin pa
Huwag sisirain bagkus ito'y alagaan tuwina.

Malinis na kapaligiran para sa maunlad na
pamumuhay
Kaya paglilinis ay simulan sa ating paaralan at
bahay
Bawat isa'y kasipagan dapat ang taglay
Nang sa gayon kapaligiran ay kaaya-ayang tunay.

PAG-EEHERSISYO

Tayo'y mag-ehersisyo tuwing umaga
Upang ating katawa'y maging masigla
Tumayo ka't bumangon na
Iunat ang mga kamay at paa.

Ang pag-eehersisyo'y napakahalaga
Palalakasin nito ang iyong resistensya
Magiging malusog at magana
Di ka na magiging sakitin, pakiramdam mo ika'y
giginhawa.

Ang taong may masigla't malusog na
pangangatawan
Ay laging nag-eehersisyo para timbang ay di
madagdagan
Mataas ang self confidence sa pakikisalamuha
kaninuman
Kumpyansa sa sarili ay nadaragdagan.

Kaya atin nang ugaliin ang mag-ehersisyo
Gawin itong magandang bisyo
Sa ikauunlad ng bawat tao
At buhay ay tumagal nang todo.

TUNAY NA KAIBIGAN, KARAMAY KAHIT SAAN

Isang kaibigan na may malasakit sa kapwa
Maprinsipyo't merong isang salita
Hindi nadadala sa kahit anumang paninira
Pangakong pinanghahawakan hindi masisira.

Ang tunay na kaibigan ay hindi naglilimutan
Hindi nang-iiwan karamay kahit saan
Sa oras na siya ay iyong kailangan
Lagi siyang andyan di ka tatalikuran.

Kaibigang tunay ika'y ipaglalaban
Sa mga nang-aapi at lumalapastangan
Lagi mong kasangga sa iyong pangangailangan
Hindi ka iiwan sa gitna ng kawalan.

Kahit malayo ka man sa iyong kaibigan
Lagi siyang nakatatak sa iyong puso't isipan
Hindi magbabago damdamin at kasiyahan
Kailanman ay may magandang samahan.

Sa mahabang panahon na nagdaan
Pagkikita't kumustahan ay laging kinasasabikan
Bawat isa'y nagyayakapan
Yan ang tunay na kaibigan.

Napakasarap ng may tunay na kaibigan
Handa kang intindihin sa iyong kalagayan
Hindi ka ipagpapalit, kahit kaninuman
Tunay na kaibigan, karamay kahit saan.

BUWAN NG WIKA

Buwan ng Wika tuwing Agosto
Ipinagdiriwang ng bawat Pilipino
Ito'y ipinagmamalaki sa buong mundo
At naipapahayag damdaming totoo.

Si Manuel L.Quezon ang naging daan
Kaya buwan ng wika'y ipinagdiriwang kahit saan
Wikang Filipino'y kanyang pinahahalagahan
Kaya pangalan nya'y hindi malilimutan.

Limutin man ng iba, huwag ang sariling wika
Ito'y pinagyayaman at dinadakila
Ng may Kalayaan at isang diwa
Naglalagos sa isipang makabansa.

Ngayong Buwan ng Wika'y tayo'y magtulungan
Sa pagpapalaganap ng wika nitong ating bayan
Ako'y nananawagan sa aking mga kababayan
Wikang Filipino di dapat talikuran.

Wikang Filipino ay ating pahalagahan
Gamitin naman natin sa mabuting paraan
Ating mahalin at pakaingatan
Ngayon, bukas at magpakailanman.

TAYO'Y MAGBASA

Tayo'y magbasa mga kasama
Buklatin ang aklat tuwi-tuwina
Upang iba't ibang kaalaman ay ating makita
Sa silid-aklatan ay pumunta.

Sa silid-aklatan iyong makikita
Mga iba't ibang aklat ay ating mababasa
Mga kuwentong may-aral na kahanga-hanga
Ika'y mapapabilib at mapapanganga.

Sa ating buhay nagbibigay aliw at sigla
Mga aklat na kahali-halina
Mga bata'y natntuto't napapasaya
Habang sila'y nalilibang sa pagbabasa.

Mga aklat ay ating basahin mga kaiskwela
Palawakin ang kaalaman tuwina
Pagyamanin natin itong talaga
Upang walang maiiwan lahat ay makakabasa.

WIKA: KAHAPON, NGAYON AT BUKAS

Kahapon ang wika'y tunay na salamin ng bansa
Na naging daan ng matatag at pagiging malaya
Tungo sa papaunlad na bayan na may pagkakaisa
Sapagkat wika'y ginamit ng tama.

Ngayon ang wika'y isang liwanag na nagsisilbing
tanglaw ng bansa sa pag-aalaala
Patuloy na pinagyayaman ngunit walang
pagpapahalaga
May sariling wika gayunma'y ginagamit ang ibang
wika
May sariling kakayahang tumayo pero gumagaya
at umaasa sa iba.

At bukas, maaaring ang ating wikang Pambansa'y
maging isang uri ng laruan ng bayan
Maaaring kalimutan at pagsawaan na nang tuluyan
Wala ng pag-asang ibangon kailanman
Bagkus ibang wika na ang gagamitin sa
pakikipanayam at pakikipagtalastasan.

Kahit ilang panahon ang lumipas, ang sariling
wika'y mananatili
Ito'y nakatatak na at hiyas ng ating lahi
Sariling wika'y taas noong ipagmamalaki
Sa puso't diwa't lipi.

Dahil sa wika tayo'y nagkakaintindihan
Anumang pangkat tayo'y nagkakaunawaan
Nagkakaisa ang ating damdamin at isipan
Kaya ating mahalin ang wika:
Kahapon, ngayon at bukas magpakailanman.

TAGUMPAY

Lahat tayo'y naghahangad magtagumpay
Kailangan lang natin ng tamang paggabay
Upang ating mapasakamay
At guminhawa ang ating buhay.

Ating gagawin ang lahat upang tagumpay ay
makamtan
Hindi sumusuko mga problema'y gagawan ng
paraan
Magpakatatag sa mga unos na nararanasan
Sapagkat lahat ng pagsubok ay masosolusyunan.

Tagumpay ay iyong makukuha, mayaman o
mahirap ka man
Basta't ikaw ay may angking tiyaga at kasipagan
Samahan mo pa ng taimtim na panalangin
Upang ito'y iyong madaling kamtin.

Tagumpay, susi sa magandang kapalaran
Ating pagsikapan para sa ating kinabukasan
Huwag susuko kahit nahihirapan
Ating lasapin tagumpay magpakailanman.

KAUSAPIN ANG NAKAALITAN

Kung nais natin ng tunay na kapayapaan
Hindi lang dapat ang ating kaibigan
Ang dapat nating pakinggan
Kundi pati na ang ating nakaalitan.

Ating kausapin ang nakaalitan
Upang malaman kung ano ang ipinaglalaban
Maging mahinahon sa pakikipagtalakayan
Upang mga problema'y maayos nang tuluyan.

Kaya naman kung kayo'y may nakaalitan
Kausapin sila ng masinsinan
Upang sa huli'y kayo'y magkaintindihan
Wala nang awayan at maging mabuting
magkaibigan.

Mag-usap ng may paninindigan
 Upang may magandang patutunguhan
Iwasan na ang mga sigalot at bangayan
Nang makamtan tunay na katahimikan.

PAGLIMOT

Bakit di ka maalis sa aking isipan
Sa tuwing naaalala ka'y ako'y nasasaktan
Gusto na kitang kalimutan
Para ang puso ko'y di na masugatan.

Ayoko nang maalala
Mga araw na tayo'y magkasama
Sana'y huwag mo na lang ipakita
Na masaya ka na sa piling ng iba.

Sa paglipas ng maraming taon
Gusto ko nang makalimot at magkaroon ng tugon
Na maging masaya sa lahat ng panahon
At harapin ang panibagong hamon.

Ngayon ako'y nanghihinayang nang lubusan
Sapagkat pag-ibig ko sa iyo'y inilaan
Yun pala ako'y iyong iiwan
Na nagmamakaawa't luhaan.

Ang hiling ko lang sana'y ika'y masaya na nang
tuluyan
Mahalin mo siya at iyong alagaan
Salamat sa mga alaalang di malilimutan
Hanggang dito na lamang, dati kong kasintahan.

ATING GURO, ATING BAYANI

Ang ating mga guro ay ating pasalamatan
Dahil sila ang naghubog sa atin sa paaralan
Napupuyat man sila sa paggawa ng lesson plan
Sila'y nakangiti pa rin upang tayo'y turuan.

Kahit tayo'y pasaway at maraming kalokohan
Lagi silang handa upang tayo'y pagsabihan
Mga payo nila'y ating pakinggan
Para sa ikagaganda ng ating kinabukasan.

Kapag tayo'y may problema sa eskwela
Ang ating mga guro handang umalalay tuwina
Walang pinipili kahit sino ka pa
Sapagkat gusto nila'y umasenso ka.

Kapag tayo'y nagtapos na sa paaralan
Ating guro ay huwag sanang kalimutan
Dalawin sila ng walang pag-aalinlangan
Bigyan ng pagsaludo't pagpupugay kailanman.

Ating guro, ating bayani
Tayong lahat ay dapat magbunyi
Sa kanilang kadakilaan walang pinipili
Pantay-pantay ang pagtingin anuman ang lahi.

Ating guro ay ating parangalan
Sapagkat kung wala sila pangarap ay di
makakamtan
Bayaning tunay sa ating lipunan
Nararapat lamang na sila'y palakpakan.

RESPETO

Ang lahat ay magkakapareho sa mundo
Sapagkat tayo'y pantay-pantay sa anumang aspeto
Bawat isa'y may pribilehiyo
Na kailangan nating irespeto.

Tayo'y nilikha ng Panginoon
Kaya dapat tayo'y magkaisa sa bawat hamon
Sama-sama upang makaahon
Sa bawat unos na napapanahon.

Respeto sa bawat isa'y napakahalaga
Pagkakaunawaan, wala ng alitan pa
Magkasundo't magmahalan para masaya
Upang buhay maging masagana.

Respeto'y dapat nating isapuso
Wala ng away wala na ring gulo
Bawat isa'y magkakasundo
Upang buhay ay umasenso.

PISARA

Kuwadradong sukat at kulay luntian
Kasa-kasama ng guro sa silid-aralan
Ginagamit at pinagsusulatan
Pisara ang kanyang pangalan.

Sa pisara namulat ang bawat bata
Sa yesong hawak ng gurong dakila
Pagkatutong sumulat at bumasa
At naging sulatan ng bawat letra.

Kahit pisara'y luma na, ito pa rin ang gamit
Sa pagsulat ng alpabeto malaki man o maliit
Kailangan ang isipan ay talasan at huwag iwaglit
Sa matibay na pader ito'y nakadikit.

Maraming kabataan ang umaasa sa pisara
Hatid ay kaalaman na kaaya-aya
Huwag sanang mabibigla't magsasawa
Pisara'y gamitin ng tama.

Mga nakasulat sa aklat ay ililipat
Sa pisarang karapat-dapat
Sapagkat uusbong ang karunungan at di maging salat
Tagumpay ay taas noong maipapamulat.

Sa unang tingin ito'y walang halaga
Subalit di mo ba naisip lahat ng pumasa
Ito'y kanilang gamit at sila'y nagkamedalya
Nagkatrabaho't umasenso, Salamat, o, pisara.

Atin ring pakakatandaan ang tunay na kahulugan
Ng malaking pisara sa ating harapan
Magkaroon sana ng laman tuwing ating susulatan
Magagandang payo't pangaral ating masisilayan.

Gamitin ng wasto ang pisara
Huwag abusuhin at baka masira
Sa bandang huli'y wala nang matitira
Magsisi ka man ito'y wala na.

Pisara'y punuin ng mga kaalaman
At guro'y pakinggan nang lubusan
Upang lahat tayo'y may matututunan
Sa pagkamit ng tagumpay at sa kinabukasan.

ANG MAGSASAKA

Walang kapaguran ang mga magsasaka
Sa kabukiran sila ang bida
Walang reklamo kahit pawisan na
Trabaho'y pinagbubuti nila ng sobra-sobra.

Umaga pa lang sila'y gising na
Kaibigang kalabaw kasa-kasama
Pag-aararo't pagtatanim pagtutulungan nila
Upang ani'y hitik at sagana.

Iba't ibang gulay kanilang itinatanim kailanman
Nilalagyan ng abono't dinidiligan
Para may mapakain sa pamilya sa hapag-kainan
O magsasaka tunay na uliran

Mga alagang hayop sa kabukiran
Kanilang inaasikaso't inaalagaan
Kambing, baboy, baka't manok sa kulungan
Malulusog at kaylinis tingnan.

Ang magsasaka'y walang katulad
Init ay di alintana kahit mabilad
Sipag at tiyaga sangkap sa pag-unlad
Mga magsasaka na maabilidad.

BAGONG TAON AY PARATING NA

Bagong taon ay parating na
Ipagdiwang ito ng may galak at tuwa
Tayo'y sumigaw ipadyak ang paa
Ating salubungin ng may ngiti at saya

Galit sa ating puso'y iwaksi
Kalimutan ang taong nagdaan, ialis ang hapdi
Harapin ang bagong umagang may ngiti
Upang ang buhay maging kawili-wili.

Pangit na ugali'y dapat baguhin
Inggit sa katawa'y dapat alisin
Turuan ang puso ang budhi'y linisin
Upang ang Diyos tayo'y pagpalain.

Ngayong taong 2021 dala'y marami
Sang dosenang swerte kung saka-sakali
Basta't tayo'y matiyaga't mapagpunyagi
Bubuhos ang maraming biyaya palagi.

Ating salubungin ang bagong taon
Tayo'y manalangin sa Kanya'y tumugon
Ating iwan ang nalumang taon
Bagong pag-asa sa ati'y nakatuon.

Ilang minuto na lang at tao'y magpapalit
Iwan ang sama ng loob at mga pasakit
Ilabas ang nararamdaman ibuga ang galit
Gagaan ang iyong pakiramdam sabay ngumiti sa
langit.

Salamat sayo taong nagdaan
Marami kaming leksyon na natutunan
Ngayon aming haharapin magandang kinabukasan
Basta't kami'y magsisipag kailanman.

Salamat Panginoon sa nagdaang taon
Nagtagumpay man o nabigo lahat ay may rason
Kami'y nananalig mula noon hanggang ngayon
At kami'y naniniwala makakaahon sa tamang
panahon.

Tayo'y magdiwang at pumalakpak
Sapagkat nakaraos na naman sa taong kay payak
Bagong taon ay parating na, tayo'y pumadyak
Buong pusong ngumiti at humalakhak.

ANG KALUSUGAN

Ang kalusugan nati'y napakahalaga
Pakaingatan at mahalin tuwina
Katawa'y palakasin upang sumigla
Gulay at prutas ay kakainin na.

Ehersisyo ay ating gawin tuwing umaga
Huwag ding kaligtaan pagtulog nang maaga
Upang katawan ay di mapariwara
At malayo sa sakit at sakuna.

Paninigarilyo'y iwasan nang tuluyan
Pag-inom ng alak huwag nang subukan
Bawal na gamot huwag ding titikman
Pakamahalin ang iyong kalusugan

Lahat ng nakasasama sa ating katawan
Tigilan na at ito'y iwasan
Sapagkat ito'y walang maidudulot na kabutihan
Kalusuga'y huwag pabayaan.

Dapat kaini'y pagkaing masustansya
Na mayaman sa bitamina't protina
Kung gusto mong buhay ay masagana
Kalusuga'y palakasin tuwi-tuwina.

Kaya dapat ay ating mapagkaisahan
Mga programa ng pamahalaan
Kalusuga'y ating puhunan
Sa maunlad at magandang kinabukasan.

HALIGI NG TAHANAN

Siya'y may taglay na kalakasan
Responsibilidad niya ang pamilya sa tahanan
Sa kanya rin nakasalalay ang kinabukasan
Ng kanyang mga anak at kamag-anakan.

Kasipagan at abilidad ang kanyang puhunan
Upang buhayin ang pamilya magpakailanman
Kahit pagod na'y tuloy pa ring nakikipagsapalaran
Upang maibigay lahat ng pangangailangan.

Ipinaparamdam ang pagmamahal na tunay
Pinupuno ng pangaral at pag-aalay
Sa kanyang mga anak ay patuloy na gumagabay
Hanggang sa paglaki'y siya'y nakasubaybay.

Isang amang may mabuting ehemplo
Karapat-dapat na maging modelo
Tapat sa asawa't umiiwas sa tukso
Pagkat siya'y magalang at marespeto.

Sa lahat ng mga ama'y ako'y sumasaludo
Sapagkat sila'y nagsasakripisyo
Binubuhos ang suporta sa pamilya nang todo.
Isang matibay na haligi ng tahanan sa buong
mundo.

KAPIT KAIBIGAN

Marami ang nangyayari sa buhay natin
Mga problema't mga suliranin
Ito'y sadyang mahirap isipin
Di malaman kung ano ang gagawin.

Huwag sana nating kalimutan
Ang Diyos sa kaitaasan
Siya ang ating gabay upang mapagtagumpayan
Mga pangarap na gustong makamtan.

Marahil binibigyan tayo ng proteksyon
Laban sa ating mga maling desisyon
Kaya ating pakaingatan ang ating aksyon
At huwag sanang mag-ilusyon.

Kaya kumapit ka lang kaibigan
Mga problema mo'y masusolusyunan
Siguradong ika'y Kanyang poprotektahan
Basta't may pananalig ka kailanman.

BITUIN

Kaygandang pagmasdan ang mga bituin
Sa kalangitan sila'y nakabitin
Kaylapit lang sa ating paningin
Ngunit kayhirap namang abutin.

Tuwing gabi sila'y nakikita
Kumukutitap at nagbibigay-sigla
Liwanag nila'y kaaya-aya
Hatid sa bawat isa'y ligaya tuwina.

Maihahalintulad sila sa mga alitaptap
Na kumikislap at kumukurap-kurap
Dahan-dahang sumusulyap
Mula sa alapaap.

Mula gabi hanggang madaling -araw
Sila'y nakatunghay at nakatanaw
Na tila'y umuusad at gumagalaw
Hanggang sumikat si Haring araw.

Ang mga bituin ang nagsisilbing gabay
Habang tayo'y magdamag na nakahimlay
Nagsisilbi ding bantay
Habang tayo'y nagninilay-nilay

Mga bituin sa kalangitan
Kaysarap pagmasdan sa kaitaasan
Sila'y palagi lang nandiyan
Tumingala ka lang,matutupad iyong kahilingan.

INA NG KATIPUNAN

Noong panahon ng himagsikan
May isang babaeng naging bayani ng bayan
Sapagkat pagtulong niya'y di malilimutan
Sa mga kawal na sugatan at duguan.

Sa mga katipunerong nasaktan sa digmaan
Siya'y naglingkod ng buong kahusayan
Kanyang ginamot mga sugatan
Upang mailigtas sa tiyak na kapahamakan.

Buhay man niya'y nanganib kailanman
Di niya ito alintana para sa sambayanan
Kaya naman bayaning naturingan
Tandang Sora ang kanyang pangalan.

Lagi siya sa gunita, diwa't isipan
Ng mga Pilipinong nagpamalas ng kagitingan
Taguri sa kanya'y Ina ng Katipunan
Kapuri-puring babae sa lipunan.

IDOLO NG MASA

Idolo ng masa ang taguri sa kanya
Isang amang maaasahan at dakila
Huwaran, mabait at mapagpakumbaba
Ramon Magsaysay ang pangalan niya.

Tuwing sumasapit ang ika-tatlumpu't isa ng
Agosto
Siya'y naalala na naging pangulo
Minahal ng masa't lahat ng tao
Dahil sa kabutihang ipinamalas sa mga ito.

Lagi niyang iniisip kapakanan ng mamamayan
Kaya naman siya'y hindi nalilimutan
Alaala niya'y nagsisilbing lakas at tanggulan
Kaya naman naging idolo nitong bayan.

At nang siya'y lumisan
Ang lahat ay nagluksa't nag-iyakan
Sapagkat inalala ang kanyang kabutihan
Kaya naman mananatili ka sa aming puso't isipan.

O Panginoon naming mahal, inyo sanang dinggin
Pangulong Magsaysay inyo sanang lingapin
Inyo sana siyang dakilain at pagpalain
Diyan sa malaparaisong kaharian siya'y tanggapin.

BAHAGHARI

Iba't ibang kulay masisilayan sa kalangitan
Na gawa ng pintor, Diyos ang kanyang ngalan
Anong gandang pagmalasin may ligayang
makakamtan
Bahaghari'y may hatid na kaligayahan.

Ang buhay ng tao'y parang bahaghari, kulay ay
iba-iba
Minsan may lungkot at kung minsan ay may saya
Bawat isa'y may problemang kinakaharap tuwina
Bawat kasawian mayroon ding kaakibat na ligaya.

Patuloy na nagtatanghal, patuloy na nagbabadya
Buhay ng tao sa mundong puno ng pighati't saya
Parang tubig sa pag-agos walang tigil, walang
humpay talaga
Habang ang bahaghari'y nagmamasid tuwina.

Ang buhay ng tao'y makulay at kaakit-akit
Katulad ng bahagharing sa ulap ay nakaguhit
Kaya naman habang may buhay ay ating
pakatandaan sa bawat saglit
Buhay kayganda kung sa tama ginagamit.

Tulad ng bahaghari na may dulot na kasiyahan
Kaya naman buhay natin pangalagaan
Ng sa gayon tagumpay makakamtan
At bahaghari'y magniningning sa kaitaasan.

MANLALARONG PINOY

Kung pagiging isport ang usapan
Manlalarong Pinoy ang nangunguna diyan
Sapagkat araw-araw nagsasanay ng dibdiban
Sa larangan ng pampalakasan.

Manlalarong Pinoy ay may kakayahan
Na magwagi sa anumang labanan
May angking galing at kalakasan
Kayang-kaya isports na pangmatagalan.

Masunurin sa coach na kanyang koponan
Sinusunod payo nito't patakaran
Kaya naman lahat ng laro'y napagtatagumpayan
Manlalarong Pinoy ipinagmamalaki kailanman.

Sa pakikipagtunggali'y maaasahan
Di mandaraya, ipaglalaban ang karapatan
Manalo o matalo tatanggapin ang kahatulan
Yan ang manlalarong Pinoy, di nagdaramdam.

Pagkatapos ng laro'y nakikipagkamayan
Tanda ng sportmannship at pagkakaibigan
Sa court man ay nagkasakitan
Sa huli'y mananaig pa rin ang kapatiran.

Kaya naman manlalarong Pinoy ay
ipinagmamalaking tunay
Sapagkat karangalan ay inyong inialay
Ating bansa'y binigyang pugay
Sa mga nakamit na karangalan at tagumpay.

PAGKAINGGIT

Walang mabuting maidudulot sa lahat ng tao
Ito'y isang lasong nakasisirang totoo
Walang igagalang, walang sinisino
Na kayang lumikha ng salot sa mundo.

Pagkainggit ito ang epekto
Walang pinipili kahit na kadugo
Kapag umiral na sa isip nang todo
Ito'y kasimbilis ng bagyo't delubyo.

Ang gusto'y siya'y laging mangibabaw
Palalabuin niya lahat ng malinaw
Kahit ang asal niya'y ligaw
At pagkatao niya'y kasingliit ng langaw.

Kung ika'y nakararanas ng ganitong sakit
Wala itong lunas at kapalit
Ito'y matindi't walang kasimpait
Hanggang lahat ng gusto'y makamit.

Kapag nakuha na lahat ng gusto
Di pa rin titigil kapag may nakitang bago
Utak niya'y laging tuliro
Kapag di nasusunod ang kanyang luho.

Pero bakit nga ba umiiral ang pagkainggit?
Sa kanilang isipa'y di ito nawawaglit
Gusto laging sila'y makahigit
Sa nakakaangat sa buhay sila'y laging galit.

Kasikatan ay gustong laging makuha
Gusto'y nangunguna at laging bida
Gusto'y maging kanya anuman ang makita
Di patatalo lahat ay kayang-kaya.

Pagkainggit ay isa sa mga dahilan
Kaya mga krimen ay nangyayari kahit saan
Kaya kung pwede pa nating iwasan
Alisin ang inggit sa katawan.

Kaya habang maaga ay ituro na sa kanila
Na ang pagkainggit ay masamang talaga
Buhay ay napapariwara
Kapag ito'y sinunod at ginawa.

UNANG PAGTATAGPO

Itinakda sa araw na ito
Ang ating unang pagtatagpo
Ako'y kinakabahan nang todo
Na sana'y mahalin mo ng totoo.

Di ko maipaliwanag ang nadarama
Halo-halong emosyon at kaba
Makikita ka na, O aking sinta
Hindi na imahinasyon, ito na talaga.

Ang bawat oras ay ilalaan na kapiling ka
Yakap ay ipadarama sa isa't isa
Ikaw at ako,tayong dalawa
Magmamahalan sa hirap at saya.

Sana ganun din ang iyong nadarama
Dito sa aking puso'y ikaw lang wala ng iba
Mahal na mahal kita aking sinta
Sana'y araw-araw ay kapiling ka.

BAKASYON NA NAMAN

Mga batang mag-aaral ay kaysaya na naman
Makapagpapahinga sa loob ng dalawang buwan
Dahil sa bakasyong kinasasabikan
Paarala'y pansamantala munang kakalimutan.

Mamamasyal muna kung saan-saan
Sa ilog, parke o sa dalampasigan
Sa mall ,plasa o sa kabundukan
Bakasyon ay gawing makabuluhan.

Bakasyon na naman
Panahon din para tumulong sa tahanan
Munting bagay na gagawin ay gahigante ang
kahulugan
Pwedeng makatulong sa iba't ibang paraan.

Inuutos ng magulang ay dapat sundin
Huwag tumanggi iyo na lang itong gawin
Bakasyon naman huwag ng tamarin
Upang ika'y pagpapalain.

Bakasyon ay ating sulitin
Kalimutan muna mga suliranin
Sarili'y ating pasayahin
Nang sa gayon magandang buhay ay kakamtin.

KABATAAN, PAG-ASA KA NGA BA NG BAYAN?

Pag-asa ng bayan kung sila'y tagurian
Bakit ngayon sila na ang pasimuno sa mga
kalokohan
Sila'y nangunguna sa mga kabulastugan
Pati na rin sa mga kabastusan.

Mga maling asal ginagawa nilang tama
Mga tama'y ginagawa nilang masama
Ayaw nilang sila'y napupuna
Dahil sa tingin nila'y kaya ng tumayo sa sariling
paa.

Wala silang pakialam kahit sila'y mabosohan
Dahil sa kanilang istilo ng kasuotan
Kahit makita na ang kanilang katawan
Ito'y balewala lang, sila'y nagdadahilan.

Paggamit ng social media ay kanilang
kinahihiligan
Sila'y laging may ipinaglalaban kahit baluktot ang
katwiran
Di nila iniisip kung sila'y masasaktan
Basta't maibulalas lamang ang nasa kanilang
kalooban.

Sila'y nagpapapansin at naghahanap ng simpatiya
Kung kaya't sila'y nagpopost sa social media
Kung anu-ano't ito'y walang halaga
Kaya naman sila'y napapariwarang talaga.

Iba na talaga ang kabataan ngayon
Ibang-iba sa kabataan noon
Kaya sana'y huwag kang matulad sa kanila
Maging inspirasyon ka para sa iba.

Kabataan, Pag-asa ka nga ba ng bayan?
O isa ka lamang salot sa ating lipunan
May panahon pa para ika'y magbago at tahakin
ang tuwid na daan
Dahan-daha'y pangarap mo'y makakamtan.

PERA

Pera gaano ka ba kahalaga?
Bakit ika'y napakamakapangyarihan sa madla
Salitang may apat na letra
Na pinag-aagawan tuwina.

May baryang iba't iba ang halaga
May papel na kulay dalandan, asul, lila't pula
Pero ano nga ba ang pera?
Bakit ito'y makapangyarihan saan ka man
magpunta?

Pera'y sagot sa ating pangangailangan
Ito'y nagpapaikot sa ating kamunduhan
Ating nabibili lahat ng magustuhan
Pati na mga luho sa ating katawan.

Ngunit dahil din sa pera
Mga magkakaibiga'y nagkakawatak-watak na
Mga pag-aaway at alitan ay di na mapigilan talaga
Kung kaya't dating magkakampi'y nagsisiraan na.

Nagiging sakim ang tao dahil sa pera
Kumitil ng buhay ay nakakaya
Wala ng pakialam kahit makasakit pa
Ikaw, ano ang kaya mong gawin nang dahil sa
pera?

APOY

Nakakatakot at nakakamangha
Liwanag niyang taglay na kayganda
Ngunit kapag napabayaa'y nakakapangamba
Sunog ay sisiklab ng walang patumangga.

Ang iba'y ito'y pinaglalaruan
Halinang-halina sa kagandahan
Hindi nila alam kayang gawing abo ang buong
kabahayan
Kaya mag-ingat sa apoy mga kaibigan.

Umiwas sa apoy na mapagpanggap
Sapagkat maraming sunog ang nagaganap
Kaya't mabuti na ang maagap
Sa isang iglap lamang sunog ang iyong pangarap.

Mga posporo't lighter itago sa lalagyan
Upang mga paslit di ito paglaruan
Mga upos ng sigarilyo'y huwag ikalat kahit saan
Sapagkat mga ari-arian ay di na maibabalik kapag
ika'y nasunugan.

Ating pakaisipin ang mga ginagawa
Upang di tayo makasakit sa ating kapwa
Apoy ay ingatan at huwag ipagwalang bahala
Sapagkat buhay ay mahalaga.

DIPLOMA

Isang papel na nagbibigay tagumpay
Sa mga mag-aaral na nagsikap na taglay
Pinakaaasam-asam at hinihintay
Regalo sa mga magulang ang tanging alay.

Napakahirap man itong sungkitin
Sapagkat maraming unos na tatahakin
Hirap at pagod kailangang tiisin
Bago makuha't tuluyang maangkin.

Ngayon aming pagtatapos ay hawak na kita
Ang aking puso'y nalulumbay sa tuwa
Lalo't higit sa aking ama't ina
Na nagsisilbing inspirasyon ko upang makamtan
ka tuwina.

Diploma'y susi sa kinabukasan
Paghihirap at luha'y aking nalagpasan
Sa dami ng mga suliraning pinagdaanan
Taas-noo kitang ipagmamalaki kailanman.

Simula pa lang ng bagong hamon
Sa lahat ng magsisipagtapos ngayon
Sipag at talino'y ituon
Upang umasenso't umunlad sa lahat ng
pagkakataon.

BUHAY SA KARAGATAN

Napakahirap ang buhay sa karagatan
Maitim na mga balat, lamig ay pinagtitiisan
Nagsisikap nang mabuti para sa kabuhayan.

Madaling-araw pa lang ay maagang bumabangon
Handang pumalaot, parito't paroon
Gagawin ang lahat upang sa pamilya'y makatugon
Sa pangangailangan sa buhay noon at ngayon.

Lamig ng dagat ay di alintana
Sisisirin ang kailaliman sa paghahanap ng isda
Panganib ay susuungin ng walang patumangga
Upang may makain lamang, sa mesang masaya.

Lubhang nagtatago sa ilalim ng dagat
Mga isdang tunay na mailap nang sapat
Sapagkat umiiwas sa mga basurang ikinakalat
Ng mga taong pabaya, sa karagata'y walang ingat.

Mga mangingisda'y maraming kinatatakutan
Nandiyan ang hangin at malakas na ulan
Pati bagyo't delubyo na walang katapusan
Malalakas na alon na humahampas sa
dalampasigan.

Aking nasilayan mga kaibigan
Mga mangingisda'y magdamag sa laot pagal ang
katawan
Basa ang damit, gutom ang tiyan
Sa kaunting huli, bitbit ang sagwan.

Ako'y nalungkot sa aking nakita
Sapagkat mga isdang huli'y binarat ng tindera
Kakarampot na bayad na puro barya pa
May maipangkain lamang sa mga pamilya.

Buhay sa karagatan talaga namang hikahos
Kailangan magtipid nang todo sa panggastos
Ngunit nananatiling positibo sa anumang unos
Dahil laging karamay ang Dakilang Diyos.

Ang buhay sa karagatan ay bigyang halaga
Mga mangingisda'y ating tulungan sana
Itaas ang kanilang moral, ibayong disiplina
Lahat ay maghawak-kamay at magkaisa.

Kaya dapat ating karagatan ay mahalin
Itigil ang paggamit ng dinamita, mga lamang dagat
ay huwag sirain
Mga basura'y huwag sa dagat kakalatin
Bagkus ito'y pulutin na rin.

Buhay sa dagat talaga namang sobrang hirap
Maraming susuunging pagsubok bago makamtan
ang buhay na kaysarap
Kaya dapat nating pag-ingatang ganap
Ating karagata'y may tamang paglingap.

ESPESYAL NA NILALANG

Sa mundong ating ginagalawan
May mga isinilang na may kapansanan
Bulag, pipi, bingi, pilay o kahit ano pa man ang
kakulangan
Mga espesyal na nilalang sa kanila'y katawagan.

Espesyal sapagkat sila'y lumalaban
At patuloy sa agos ng buhay at tungkuli'y
ginagampanan
Hindi sumusuko positibo kailanman
Mataas ang pangarap sa mundong kinasasadlakan.

Madalas na nilalait sa ating lipunan
Hindi normal kung ituring, minsan pa'y sinasaktan
Sila'y kadalasang tinatakwil, ang iba'y iniiwan
Kaya naman sa mukha'y nababanaag ang
kalungkutan.

Mga anak ng Diyos na isinilang na may
kapansanan
Husay at galing sa iba't ibang larangan
Sila ma'y inaapi't nilalapastangan
Siguradong ang Ama'y may espesyal na nilaan.

Walang perpektong nilalang sa mundo
May kapansanan ka man o normal na tao
Tayo'y pantay-pantay sa lahat ng aspeto
Kaya bawat isa sana'y may respeto.

Itigil na sana ang pang-aabuso
Masasakit na salita'y huwag sanang ibato
Bagkus sila'y suportahan ng todo

Huwag silang tutuksuin, gawin silang idolo.

Kaya sa mga taong may kapansanan
Lubos kaming humahanga sa inyong mga talento't
kagalingan
Kahit kayo'y nahihirapan inyo pa ring
napagtatagumpayan
Kaya naman hindi hadlang ang kapansanan upang
makamit magandang kinabukasan.

PAG-AARAL AT PAGTATRABAHO AY KAYA KO

Pagdating ko sa aming bahay
Ako'y nagulantang sa ibinalita ni Inay
Sa paaralan pala ako'y mawawalay
Ako'y biglang nalumbay.

Pagkabog ng aking dibdib ay wala nang humpay
Nanginginig ang aking mga kamay
Sapagkat sa isip ko'y tuluyan na nga bang mawawalay
Ang pag-asa kong tinataglay.

Mga luha ko'y unti-unti nang umagos
Sapagkat wika ni Itay, kami'y wala ng panggastos
Kaya't pag-aaral ko'y itigil na daw ng lubos
Suporta nila'y tuluyan nang naubos.

Nais ko silang sagutin
Upang ipahayag ang aking damdamin
Napakasakit talaga sa akin
Kung pag-aaral ko'y aking lilisanin.

Ako'y biglang napahalukipkip
Sapagkat may naglalaro sa aking isip
Lahat ng pangamba'y tinangay ng ihip
At dibdib ko'y di na nagsikip.

Upang tagumpay ay aking makamtan
Pag-aaral ko'y di pababayaan
Ako'y babangon at gagawa ng paraan
Magkulang man sila sa suportang kailangan.

Ang mga alinlangan ko'y tuluyan nang napukaw
Sapagkat sa aking paglakad ay aking natanaw
Nakadikit na papel sa pintong may ilaw
Di ko napigilan at ako'y biglang napasigaw.

Working student daw ang kanilang hanap
Dali-dali akong pumasok at agad kinausap
Napakabuti talaga ng Diyos at ako'y natanggap
Kaya naman ako'y magsisikap para sa aking
pangarap.

Pag-aaral at pagtatrabaho ay kaya ko nang sabay
Kahit magkaroon man ng kalyo ang aking mga
kamay
Makakamtan din ang nais kong tagumpay
Basta't may tiyaga at magsunog ng kilay.

Maagang gumagayak sa pagpasok sa eskwela
At sa gabi'y nag-oovertime para kumuha ng extra
Naglalampaso, naghuhugas at naglilinis sa kantina
Lahat ay titiisin para makabayad lamang sa
matrikula.

Working student man ako sa inyong paningin
Kutyain man ninyo ako o laitin
Ang tagumpay ay mapapasaakin pa rin
Anumang problema ay handa kong harapin.

Pag-aaral at pagtatrabaho ay kaya ko
Sapagkat ako'y matatag sa lahat ng dako
Di nagpaapi at nagpatalo
Kaya naman mga pangarap ko'y nagkatotoo.

Kaya naman ako'y nagagalak at natutuwa

Sapagkat lahat ng aking pagsusumikap ay
nagbunga na
Nasa tabi ko ang aking ama't ina
Na naluluha sa galak at saya.

Payo ko sa mga kabataan
Pag-aaral at pagtatabaho'y pagsumikapan
Para sa magandang kinabukasan
At tagumpay ay lubos na makamtan.

SILID-AKLATAN

Tayo nang pumunta sa silid-aklatan
Para makapagsaliksik ng mga kaalaman
Bawat katanungan ay bibigyang kasagutan
Basta't gagamitin lamang ang puso't isipan.

Sa bawat aklat na ating babasahin
Pag-iibayuhin nito ang ating damdamin
Kaya't silid aklatan ay laging bisitahin
Upang madagdagan ang dunong natin.

Sa silid-aklatan ay matatagpuan
Mga librong may aral na kapupulutan
Sa mga pahina nitong maraming matutuklasan
Kaya atin itong ingatan at pangalagaan.

Adhika ng tagapangalaga ng silid-aralan
Mga aklat ay gamitin ng wasto't nasa kaayusan.
Huwag sisirain at dudungisan
Upang magamit pa ng ibang kabataan.

Kaya yayain na kaklasc't kaibigan
Upang talino'y di mabawasan bagkus ito'y
madagdagan
Silid-aklatan ay pasyalan
Upang pag-aaral ay maging makabuluhan.

Ang silid-aklatan ay isang tahanan
Ng mga mag-aaral sa paaralan
Gabay ng bawat isa sa magandang kinabukasan
Ating tangkilikin, mahalin at pahalagahan nang sa
gayon tagumpay ay makamtan.

PAGKILALA SA KABABAIHAN

Mga kababaihan sa ating bayan
Nararapat na sila'y saluduhan
Angking galing sa anumang larangan
Kanilang pinakita't pinatunayan.

Hindi marupok, hindi mahina
Sila'y katangi-tangi at kahanga-hanga
Sa mundo'y sila'y nilikha
Walang katumbas ang kanilang halaga.

Madali man silang masaktan
Kung magmahal naman ay walang hanggan
Kanila kang pagsisilbihan at alagaan
Kaya nararapat lamang na sila'y mahalin at
ingatan.

Sila'y maraming nagagawa sa lipunan
Ating palakpakan ang mga kababaihan
Sa tuwing sila'y ating nasisilayan
Hindi alintana sa kanila ang kapaguran.

Kaya huwag natin silang maliitin, ni sukatin ang
tingin
Dapat pahalagahan, igalang ang karapatan
Malaking papel ang ginagampanan
Huwag pagmalupitan at husgahan.

Pagkilala sa kababaihan
Mga programa sa kanila'y ating pahalagahan
Atin silang mahalin ng walang pakundangan
Sapagkat isa sila sa pag-asa ng bayan.

BAKIT MAY MGA BULLY?

Bakit kaya may mga bully
Mga palaaway at mapang-api
Mga maton at siga porke't malaki
Bayolenteng kumilos sa tabi-tabi.

Walang sinisino ang mga bully
Mayaman, mahirap, anuman ang lahi
Panunukso't pag-aalipusta palagi
Sa mga taong walang disposisyon sa sarili.

Sila'y nakakasakit ng damdamin
Mahilig manakot, ika'y aawayin
Kung minsan pa'y ika'y hahamunin
Para saktan at galitin.

Iwasan mo na lang ang mga bully
Upang laging ligtas ang sarili
Huwag na lang magpagabi
Upang sa huliy'y di ka magsisi.

PAARALAN

Isang lugar na masayang puntahan
Kasama ang mga kamag-aral at kaibigan
Isang lugar na nagbibigay kaligayahan
Ang tawag dito'y paaralan.

Mga guro'y matiyagang nagtuturo
Pangalawang magulang na iniidolo
Ng mga bata sa lahat ng dako
Na hangad na makapag-aral at matuto.

Sa munting paaralan
Magkakaklase ay nagtutulungan
Bawat isa'y nagdadamayan
Walang away at inggitan.

Halina, mga kabataan
Tayo'y pumasok sa paaralan
Upang mga pangarap ay mapagtagumpayan
Para sa magandang kinabukasan.

SALAMAT AKING GURO

Ikaw ay maituturing na napakadakila
Bayaning tunay sa ating bansa
Pagmamahal mo sa lahat ng bata
Pati na rin pagkalinga't pag-aaruga.

Ang aking mga natutunan ay hinding-hindi ko
malilimutan
Ikaw na guro sa paaralan
Matiyaga't matiisin at uliran
Huwaran ka ng ating lipunan.

Hinubog mo ang aking pagkatao
Tinuruang makihalubilo sa lahat ng dako
Pag-ibig mo'y hindi nagbabago
Sa munting batang katulad ko.

Salamat sa iyong pasensya't pang-unawa
Kahit ako'y pasaway, ako'y iyong ginabayan
tuwina
Kapag ako'y may problema
Ikaw ay laging nakasuporta.

Sa haba ng iyong pinag-aralan
Ikaw ay aking hinahangaan
Sapagkat kursong iyong kinagiliwan
Ay napakalaking tulong para sa kabataan.

Salamat aking guro
Sa matiyagang pagtuturo mo
Kahit hindi ka namin kaano-ano
Nariyan ka palagi, tagahubog ng bawat tao.

Maraming salamat sa pagtayo mo bilang ina namin
sa paaralan
Kaya ika'y nararapat na parangalan
Hinding-hindi namin mapapantayan
Ang mga turo mo na nagbigay daan, upang mga
pangarap namin ay makamtan.

Kaya naman sa araw na ito
Pagpapala at kalakasan ay sumasainyo
Maligayang araw ng mga guro
Mabuhay po kayo, mga bayani sa ating mundo.

BALIK-ESKWELA

Ang bakasyon ay natapos na
Kaya mga bata'y balik-eskwela
Ihanda na ang bag, lapis at pambura
Kwaderno, papel, pantasa't krayola.

Agahan ang paggising sa umaga
Upang makaabot sa pagpila
Mga guro'y muling makikita
Pati na rin mga kaibigan at kaiskwela.

Pag-aaralang muli mga asignatura
Matatamis na ngiti ay makikita
Sa bawat mag-aaral na puno ng sigla
Ibig sabihin sila'y handang-handa na.

Sa silid-aralan ay masayang-masaya
Kuwentuhan at tawanan ng bawat isa
Bakasyon ay kalimutan na
Pag-aaral muli ang isaisip tuwina.

Balik-eskwela na mga kasama
Magsipag at magtiyaga tuwina
Pag-aaral ay pagbutihin sana
Para tagumpay ay makamit na.

MAY PLANO ANG DIYOS

Sa mga napanghihinaan ng loob at natatakot
Na tila'y mga problema'y gustong ibaon sa limot
Paniniwala'y buhay ay masalimuot
May plano ang Diyos sa ati'y dulot.

Sa ating buhay ay di maiiwasan
Ang kalungkutan at kapighatian
Na tila'y dumadagan sa ating katauhan
At nagsasabing huwag sumuko ituloy ang laban.

Kahinaan ay mapapalitan ng kalakasan
Kakamtin ang hatol sa puso't isipan
Tiwala sa sarili't dasal ang kailangan
May plano ang Diyos sa kaitaasan.

Pangako Nya'y di tayo pababayaan
Sa panganib man tayo'y isasalba nang tuluyan
Sapagkat gusto Nya'y lubos ang ating
kaginhawaan
Bawat isa'y pag-asa'y makakamtan.

Lahat ng nangyayari ay may dahilan
Hirap at pasakit kailanman
Buhay na daranasin ay ilalaan
Nang tayo'y matuto ng may katatagan.

Hindi Nya ibibigay ang mga pagsubok
Kung di natin alam paano makihamok
Tulad ng pagluha'y sa ati'y nakatutok
Ating pahirin upang ito'y di bumulusok.

May plano ang Diyos sa lahat ng nilalang sa lupa
Hindi nya sasaktan ang kanyang mga likha
Ibabangon kapag nadadapa
Ganyan Nya kamahal ang Kanyang kapwa.

Kung walang maaninag ang ating paningin
Huwag mangamba liwanag ay tatanglaw din sa
atin
Huwag matakot at pakaisipin
Na ang Diyos ay nasa tabi natin.

May plano ang Diyos sa sangkatauhan
Maging masipag lang para sa kinabukasan
Huwag mangamba Siya ang sandigan
Manalig ka lang di ka Nya pababayaan.

SALAMAT PO DIYOS AMA

Salamat po Diyos Ama sa langit
Nasilayan ko ang mundong kaakit-akit
Kagandahan ng Iyong likha'y aking nakita
Aalagaan at mamahalin tuwina.

Ako po ay napakapalad
Sapagkat kayo ang aking Diyos na mapagpatawad
Maawain sa kapwa't walang katulad
Kaya naman pasasalamat sa Inyo'y aking
igagawad.

Sobra-sobrang pagpapala ang inihandog Niyo sa
akin
Pagbuhos ng mga biyaya ay patuloy pa rin
Patawad Ama sa aking pagkukulang at mga
kasalanan
Sa mga nasasabi ko na taliwas sa Iyong mga turan.

O Diyos Ama tulungan mo akong laging ligtas sa
paroroonan
Ilayo mo ako sa anumang kapahamakan
Bagong umaga'y ako'y Inyong samahan
Upang makamit ko kaayusan sa aking isipan.

Makagawa sana ako nang mabuti
Sa aking kapwa at sa nakararami
Puso't isipan ko sana'y maging malinaw parati
Upang marinig ko ang tinig Niyong muli.

Ako'y bigyan mo ng malawakang pang-unawa
Upang maibahagi mga bagay na Inyong likha
Bigyan mo ako ng lakas na sumampalataya

Upang lalong mapagtibay pagsasama natin tuwina.

Makita ko sana ang aking mga kasalanan
Tatanggapin ko ito at pagsisisihan
Kikilalanin ko itong malaking kamalian
At itutuwid ng buong kalooban.

Patuloy mo akong gamiting instrumento
Upang pagpapala'y maibahagi sa mga tao
Palakasin mo po ako nang todo
Upang salita mo'y maipamalita ko.

Itinataas ko po sa inyo ang mga naliligaw ng
landas
Na sana'y makita ang liwanag na binabagtas
At kanilang sarili'y mailigtas
Para sa kakaharaping maunlad na bukas.

Inilalapit ko, O Diyos Ama ang mga taong hindi pa
kayo kilala nang lubusan
Na sana'y kanilang mga puso'y mabuksan nang
tuluyan
Nawa'y kayo'y tunay nilang masumpungan
Sa gitna ng unos na kanilang pinagdadaanan.

Salamat po, O Diyos Ama
Sa lahat ng biyaya at pagpapala
Nawa'y di kayo magsasawa
Na gabayan ako hanggang sa pagtanda.

Inilalapit ko rin ang aking pamilya
Na sana'y lagi silang malusog at malakas tuwina
Ilayo mo sila sa kapahamakan o disgrasya
O Diyos Ama, mahal ka naming talaga.

EROPLANO

Sa himpapawid ating masisilayan
Ang eroplanong naglalakbay sa kaulapan
Mga bata'y labis ang kagalakan
Kumakaway habang pinagmamasdan.

Lahat ng tao'y gustong maranasan
Ang lumilipad na masasakyan
Makikita mula sa kaitaasan
Ang ganda ng mga lupain at karagatan.

Eroplano'y pinapangarap ng bawat mamamayan
Sapagkat gusto nilang libutin ang sambayanan
Lahat ng lugar gustong mapasyalan
Upang maipagmalaki kaninuman.

Sa pagsakay sa eroplano'y may kasiyahan
Meron din namang kalungkutan
Sapagkat ang iba'y pansamantala nilang iiwan
Ang kanilang pamilya't mga kaibigan.

Eroplano'y maihahalintulad sa ating buhay
Mararating natin ang tuktok ng tagumpay
Kung ang lahat ay ating mapagsusumikapan
Basta't may tiyaga at kasipagan.

TEKNOLOHIYA

Ang teknolohiya'y napakahalaga
Sa lahat ng dako'y ito'y makikita
Mga bata't matanda'y ito'y kasa-kasama
Sa bahay man maging sa eskwela.

Nagagamit ito sa komunikasyon
Binibigyang solusyon anumang sitwasyon
Trabaho'y napapadali sapagkat dito'y nakatuon
Mapapabilis ang gawain sa lahat ng okasyon.

Mga batang matanong sa lahat ng bagay
Sa teknolohiya'y hindi mapalagay
Napakagaling at sobrang husay
Kaya naman tangkilikin ng tunay.

Computer at cellphone, tv man o radio
Laptop, iphone, kagamitang makabago
Pakaingatan at gamitin nang wasto
Teknolohiya'y alagaan nang todo.

Sa kabilang dako'y teknolohiya'y may masama
ring naibibigay
Mga tao'y nagiging tamad sa lahat ng bagay
Sila'y umaasa na lamang walang tamang paggabay
Ang kanilang landas ay sumasablay.

Teknolohiya'y huwag abusuhin nang todo
Gamitin lang ito sa makabuluhang trabaho
Sa pag-aaral man upang ika'y tumalino
Para ang lahat sayo'y sasaludo.

Ang teknolohiya'y may limitasyon din
Gamitin ng tama at ito'y ayusin
Ating kailangan ito'y paunlarin
Sa susunod na henerasyon ay magpasalin-salin.

Kaya mga kabataan sa ngayon
Teknolohiya'y kayo'y hinahamon
Maging maingat sa lahat ng pagkakataon
Ayusin at isapuso nang naaayon.

ILAW NG TAHANAN

Ilaw ng tahanan kung siya'y tagurian
Masipag, mabait, lagi kang susuportahan
Sa mga problema'y ika'y papayuhan
At di ka niya hahayaang masaktan.

Gigising ng maaga para ika'y pagsilbihan
Almusal mo'y ika'y kanyang lulutuan
Siya ang bida sa hapag-kainan
Yan si nanay, ilaw ng tahanan.

Sa mga gawaing bahay siya'y eksperto dyan
Pagdidilig at pagtatanim sa bakuran
Pagbubunot ng damo'y kanya ring nakahiligan
Pagpupunas ng sahig di rin nakaligtaan.

Paglalaba't pamamalantsa'y kanya ring
nakagawian
Pagtutupi ng mga damit bukal rin sa kanyang
kalooban
Di nya alintana ang kapaguran
Kaya nama'y dapat siyang parangalan.

Halik at yakap iparamdam nang tuluyan
Buong pusong nagpupugay sa ilaw ng tahanan
Atin silang ipagmalaki nang lubusan
Kung wala sila paano na ang ating kabuhayan.

Bayani kang tunay, O aming nanay
Hindi ka sumuko't naging matibay
Salamat sa lahat ng iyong paggabay
Utang naming sayo ang buhay na taglay.

Kaya mga kabataan saanmang bayan
Ating mahalin at pakaingatan
Ang ating mga nanay na ilaw ng tahanan
Huwag natin silang pababayaan.

KANDILA'Y KAWANGIS NG BUHAY

Kawangis ng buhay ang kandila
Patay sindi puno ng hiwaga
Madilim kung ika'y may problema
May liwanag naman kung ika'y masaya.

Kapag kandila'y maliwanag, lahat maligaya
Ilaw nito'y nagbibigay tuwa
Parang buhay umiikot tuwina
May kalungkutan at mayroon ding sigla.

Liwanag ng kandila'y nagpapalipat-lipat
Pag-ibig sa kapwa'y iyong ikalat
Hirap at pasakit iyong isiwalat
Bagong pag-asa'y uusbong nang sapat.

Ngunit minsa'y kandila'y nanghihina
Liwanag nito'y unti-unting nawawala
Katulad din ng buhay na may pagdurusa
At may kaakibat din na bagong umaga.

Paminsan-minsan ay di maiiwasan
Malakas na ihip ng hangin kailangang paghandaan
Upang kandila'y hindi mamatay nang lubusan
At buhay gumanda nang tuluyan.

Matuto kang bumangon sa iyong karanasan
Mga unos sa buhay iyong labanan
Katulad ng kandila sa iyong harapan
Huwag sumuko makakamtan ang kaliwanagan.

Unti-unting nauupos ang kandila
Parang buhay, may dumarating at nawawala

Aagos ang lungkot at luha
Pag ang isa'y lumisan na, wala na tayong
magagawa.

Kaya kaibigan huwag sayangin
Ang buhay na bigay sa atin
Katulad ng kandila'y ito'y paliwanagin
Magsisilbing gagabay sa atin.

MAGSUNOG NG KILAY

Kailangan nating magsunog ng kilay
Upang tayo'y umasensong tunay
Kung gusto mong makamit ang tamis at tagumpay
Ika'y magsikap habambuhay.

Magsunog ng kilay upang makahulagpos sa
kahirapan
Sipag at tiyaga para sa kinabukasan
Magbanat ng buto at maging huwaran
Upang mga magulang ay maging lubos ang
kasiyahan.

Magsunog ng kilay upang iyong makamtan
Ang lubos na karangyaan at kaginhawaan
Mag-aral nang mabuti at maging isang uliran
Upang tularan din ng ibang kabataan.

Lahat ng tao ay aasenso
Kung ang bawat isa'y dedikado at may respeto
Magsunog ng kilay nang todo
Upang di mapariwara at di masadlak sa magulong
mundo.

Kaya sa mga kabataan
Pagsusunog ng kilay ang kailangan
Dedikasyon, pag-asa, problema'y di sinusukuan
Basta't masipag ka, ika'y kalulugdan.

PAPEL AT LAPIS

Blangkong papel ang nasa aking harapan
Aking pinagmamasdan at hinahawakan
Nabuo sa aking isipan na ang katotohanan
Tayo ang gumagawa ng ating kapalaran.

Blangkong papel na sumisimbolo
Walang buhay kung ating matatanto
Sapagkat wala kang makikitang nakasulat dito
Na maganda sa paningin kaysa sa papel na
blangko.

Sa unang tingin ang papel na ito'y iyong
babalewalain
Sapagkat hindi mo papansinin ang mensahe na
aking sasambitin
Blangkong papel na walang buhay kung iyong
iisipin
Ngunit may mensahe palang dapat alamin.

Ating kahilingan ay kakamtin
Kapag ating pagbubutihin ang ating adhikain
Mga bagay ay gagawin at tatapusin
Upang pangarap ay matupad ng buong ningning.

Ang papel kapag walang sulat ay walang buhay
Kagaya din sa buhay na puno ng problema 't
pagkalumbay
Magandang kapalara'y makakamit kung ito'y
bibigyan ng saysay
Kaya tayo'y magsikap sapagkat Diyos ang ating
gabay.

Maiksing lapis na gamit sa pagguhit
Katulad din nati'y nauupos at lumiliit
Lapis na nagbibigay kulay at kaakit-akit
Wagas ang maiiwan nito sa dami nang naiguhit.

Sa ating buhay, tayo'y isang lapis na may
paninindigan
At ang buhay ay ang papel na ating susulatan at
kukulayan
Tayo man ay nakaranas ng kasayahan at
kalungkutan
Kaya naman tayo'y nagiging matatag sa anumang
larangan.

Sa ating pagguhit hindi maiiwasan na tayo ay
magkamali
Burahin man ito, ang bakas ay sadyang mananatili
Katulad din ng ating buhay kapag tayo'y nadapa
Kailangang bumangon ng may pag-asa't tiwala.

Papel at lapis sa ating buhay
Nagbibigay inspirasyon at aral na taglay
Umiksi man ang lapis, ito ay mag-iiwan
Ng isang papel na puno ng kahulugan.

HUWAG MAWALAN NG PAG-ASA

Ikaw ba'y nalulungkot at maraming problema
Huwag magmukmok at di ka nag-iisa
Manalangin ka lang at humingi ng tulong sa Kanya
Kaibigan, huwag mawalan ng pag-asa.

Dumarating sa buhay ang sakit at luha
Ito'y hamon lamang upang tumibay ang ating
pananampalataya
Huwag susuko may karamay ka
Pighati't kasawian ay may kapalit din na bagong
umaga.

Kalimutan natin mga problema
Sapagkat may mga nakaabang na solusyon at
aksyon tuwina
Manalig ka lamang sa Poong Lumikha
Sapagkat tutulungan ka Nya ng sobra-sobra.

Hamon lamang sa ating pagkatao mga problema
Dahil dito, tayo'y lumalakas at tumitibay pa
Kabiguan sa buhay ay di rin mawawala
Pagkatapos nito'y tagumpay na napakasaya.

Huwag mawalan ng pag-asa, mga kasama
Sapagkat habang tayo'y nabubuhay pa
Determinasyon, talion, sipag at pagtitiyaga
Ang mga sangkap para marating ang rurok ng
tagumpay at maipagmalaki sa madla.

Kaya ikaw kaibigan ay mag-isip-isip na
Doblehin mo ang sipag para pangarap mo'y
matupad na.
Huwag susuko at mga problema'y iwaksi tuwina
Para tagumpay makamit ng may pag-asa.

109

MATEMATIKA

Matematika ay asignaturang puno ng saya
Sapagkat mga bata'y natututong magkwenta
Iba't ibang numero kanilang nakikita
Nag-iisip at nasasagutan ang mga problema.

Sa matematika isip ng mga bata ay nahahasa
Pagsagot sa iba't ibang istratehiya
Na bigay ng mga guro na tunay na dakila
Iba't ibang paraan kanilang itinuturo tuwina.

Sa oras ng klase ay puno ng ligaya
Kapag ang asignatura ay matematika
Walang paaawat, sila'y handang-handa na
Pagsagot ng tama ay kayang-kaya nila.

Paghahambing ng bilang, mga barya at pera
Pagdaragdag, pagbabawas at pagtatantiya
Pagpaparami at paghahati ng mga linya
Iba't ibang terminolohiya, ginagamit sa
Matematika.

Pagsusulat ng fraction ng higit sa isa
Mga Line Segment na magkapareho ng haba
Perpendicular, Parallel at Intersecting na linya
Parihaba at parisukat at iba pa.

Araw, Segundo, minuto at oras kanilang
kinasasabikan na
Linggo, buwan at taon mapag-aaralan pa
Ang pag-aaral ng matematika ay kasiya-siya
Kapag mga bata'y nakikinig sa leksyong kaaya-aya.

Mga kasanayan sa matematika
Ating pag-ibayuhin at tangkilin pa
Kayang-kaya lahat ng problema
Kapag lakas at talino'y sama-sama.

Maglibang, tumuklas at sumagot sa asignatura
Iba't ibang modelo at ilustrasyon sa matematika
Tunay na mga bagay, kasama ang kaibigan o
kapareha
Walang maiiwan, lahat ay papasa.

PULUBI SA DAAN

Ako'y may nakitang pulubi sa daan
Nakahimlay sa isang tabi at may kahinaan
Marungis ang mukha at buong katawan
Maruming damit ang kanyang nakagisnan.

Nakatunghay ang kanyang kamay sa bawat
dumadaan
Naghihintay ng barya pantawid sa kagutuman
Hapong-hapo na ang kanyang katauhan
Dahil kumakalam na ang sikmura't tiyan.

Ako'y biglang nakaramdam ng pagkaawa
Sa isang pulubing wala namang sala
Siya'y naghihirap, buhay ay walang-wala
Siya sana'y kamtan ng pagpapala.

Dalangin ko lang lagi sa Maykapal
Huwag Niyang pabayaan mga pulubi sa daan
Mailayo sana sila sa kapahamakan
At mamuhay ng may katahimikan.

ANG BOY SCOUT

Ang Boy Scout ay laging handa
Sa lahat ng kanyang ginagawa
Marangal ang kilos at pagsasalita
Tapat makisama sa lahat ng bata.

May takot sa Diyos kaya pinagpala
Magalang din sa mga nakakatanda
Hindi mayabang at may mabuting gawa
Yan ang Boy Scout na nakakatuwa.

Pagtulong sa kapwa ay di-alintana
Kahit masugatan ayos lang sa kanya
Gutom at pagod ay balewala
Basta't tungkulin nya'y makapagligtas sa madla.

Walang kinatatakutan, lahat gagawin nya
Paglingkuran ang bayan na banal at dakila
Walang inuurungan kahit nasasaktan na
Maipagtanggol lamang mga kasamahan nya.

Ating parangalan mga Boy Scout tuwina
Naghahatid sila ng tagumpay at pag-asa
Nararapat lamang pasalubungan sila
Nang masigabong palakpakan nang may galak at
tuwa.

BUHAY-MARINO

Tinagurian silang mandaragat
Na naglalakbay sa ibabaw ng dagat
Saanmang lugar na mapadpad
Para sa pamilya ang tanging hangad.

Sa malawak na karagatan ay nakikipagsapalaran
Kahit na nangungulila't nahihirapan
Trabaho ma'y peligro at delikado
Kinakaya pa rin upang umasenso.

Ingay ng makina, langis at grasa
Bigat ng trabaho'y di alintana
Idagdag pa ang pakikisama
Sa iba't ibang lahi na mga banyaga

Panganib sa laot tuwina'y nakaabang
Ngunit takot ay walang puwang
Sapagkat baon ang mga pangarap
At magandang buhay ang nais ipalasap.
Bansag sa kanila'y babaero o seamanloloko
Ngunit sabi nila'y di raw ito totoo
Sapagkat sila'y seamanloloyal at romantiko
Malambing at mapagmahal nang todo.

Hindi raw lahat ng gwapo ay nag-aartista
Karamihan sa kanila'y sa barko makikita
Mayabang man sa paningin ng iba
Ngunit sila'y maaasahan din talaga.

Iba't ibang bansa'y nasisilayan
Kapag bakante nila'y naghahanap ng
mapapasyalan

Upang kalungkutan ay sandaling maibsan
At sa mukha'y mamutawi ang kasiyahan.

Tinitiis malayo sa mga mahal sa buhay
Lakas ng alon, lamig, at init, katawa'y sinasanay
Pighati't kalungkuta'y tinitikis para sa pamilyang nakasalalay
Upang mabigyan ng maalwang buhay.

Sa araw-araw ding lumilipas, iniisip ang pamilya
Sila'y may larawan doon sa kabina
Pampalakas loob, pampaswerte sa iba
Laging bukambibig "Tiis hirap para sa kanila"

Ang buhay sa barko'y mahirap at puno ng sakripisyo
May pera man pagbaba pero may pinaglalaanan na ito
Dugo't pawis ang puhunan para kitain nang todo
Subalit pangungulila ang kapalit nito.

Ang akala ng iba'y sa unang sampa lang mahirap
Subalit ito'y di totoo, oo masasanay ka pero walang sarap
Lalo't kapag narinig mo sa telepono ang boses na hinahanap
Homesickness ang kalaban ngunit kakayanin para sa pangarap.

Sa bawat oras at araw na nagdaan
Pag-uwi sa Pilipinas ang inaabangan
Upang masilayan ang kasintahan
At ito'y mayakap at mahagkan kahit panandalian.

Habang lumilipas ang panahon, kailangan ding
mag-ipon
Upang makapagpundar ng bahay at saka pang
tuition
Pagtulong sa magulang at kapatid, sa hirap ay
maiahon
At harapin ang umaga ng panibagong hamon.

Buhay ng isang marino'y kayhirap gampanan
Marami ka mang dolyar at kaperahan
Di naman ito makakabayad sa kalungkutan
Lalo na kung ika'y nasa gitna ng karagatan.

Bayani ng ating bayan kung tagurian
Nagpapasok ng dolyar, ekonomiya'y pinapagaan
Magiting, tanyag, at matatag ang kalooban
Di sumusuko sa anumang laban.

Dahil sa inyong dedikasyon at sakripisyo sa
trabaho
Kami'y nagpupugay at sumasaludo
Isa kayo sa aming iniidolo
Mabuhay ang mga Marinong Pilipino.

IKA'Y BAYANI

Kaagapay ka sa pagbuo ng pangarap
Humuhubog, gumagabay at lumilingap
Hirap at sakripisyo mo'y walang katulad
Para sa mga batang pag-aaral ang hangad.

Mawalan man ng boses at pakiramdam ay sumama
Dahil sa maghapong pagtuturo na di alintana
Maibigay lamang de-kalidad na edukasyon sa
bawat isa
Gagaan ang kalooban at pagod nawawala.

Salat ka man sa pinansiyal
Di ka papasok sa gawaing hangal
Sapagkat ika'y isang guro na may prinsipyo't
dangal
Na may inaalagaang pangalan na malinis at
marangal.

Iyong mga estudyante ay nagbibigay-pugay
Anuman ang kanilang narating nabigo man o
nagtagumpay
Sila'y babalik at magbibigay-alay
Dahil sa iyong tiyaga't kasipagang tunay.

Sana ngayong buwan ng Setyembre lahat ng guro'y
maalala
Ng mga estudyanteng kanilang pinanday at
kinalinga
Pasasalamat alay para sa kanila
Tagumpay di makakamit, kung di dahil sa mga
maestro't maestra.

Saanmang pulo at panig ng bansa
Buwan ng mga guro'y dinadakila
Pagsaludo'y ialay nang kusa
Sa isip, sa salita at sa gawa.

DIBORSYO

Mga mambabatas ay nagtatalo-talo
Sila'y nag-aaway at nagkakagulo
Kanilang pinagdedebatehan, tinitingnan lahat ng
anggulo
Dahil sa isinusulong na batas, batas ng diborsyo.

Batas na matagal ng pinag-uusapan
Sa Kamara daw ay matagal nang nakabinbin nang
tuluyan
Isinusulong muli't gustong pag-usapan
Upang maging legal ang hiwalayan.

Sa mga mag-asawang di-magkasundo't puro na
lang awayan
Relasyong di na maisasalba kalian pa man
Pagsasamang magulo't ubos na ang
pagmamahalan
Diborsyo na yata ang solusyon, kaibigan.

Ang pinagsama ng Diyos ay di dapat paghiwalayin
ng tao
Mag-asawang naging isa dahil sa matrimonyo
Sa ating bansa'y maraming Kristiyano
Kaya tutol ang nakararami sa diborsyo.

Sa ibang bansa'y legal na ang diborsyo
Kaya dito sa ating bansa'y gustong sumunod sa
uso
Ito'y kanilang sinusulong sa Kongreso
At maipatupad ang batas ora-mismo.

Hindi ba't kawawa ang mga anak na
maaapektuhan
Ang isilang sa mundo na hindi handa ang tangi
nilang kasalanan
Nasaan na ang buong pamilya na sa kanya'y mag-
aalaga kailanman
At magtataguyod at magbibigay ng kaginhawaan.

Hindi ba't napakasakit kung ang mga magulang
mo'y magkakahiwalay?
Di mo alam kung sino ang pipiliin, kung si nanay
ba o si tatay
Sino na ang tutulong sayo at magbibigay ng
tamang paggabay?
Baka sila'y magturuan at walang sayo ay aagapay.

Ang opinyon ng iba'y maghiwalay na talaga
Kung di na magkasundo, tama pa bang makisama?
Tapusin na, simulan ang bagong umaga
Nararapat na paglayo ay huwag nang pigilan pa.

Kung kaya pa namang ayusin ang mga problema
Pagsasamang anong sarap ng mga mag-asawa
Sumpang iibigin ang isa't isa
Pakaisipin ang mga anak tuwina.

Kaya hanggang sa kasalukuyan ay pinag-aaralan
pa
Pagiging legal ng diborsyo ay kailangan ba?
O isasantabi muna pansamantala
Para sa kapakanan ng bawat isa.

KUPIDO

Dala niya'y pag-ibig para sa taong nagmamahalan
May bitbit na pana sa kanyang likuran
Mga pakpak niya'y winawagayway nang tuluyan
Upang magkaisang-dibdib ang mga
magkasintahan.

Kawangis niya ang isang bata kung siya'y ilarawan
Mukha niya'y maamo na kinagigiliwan
Lalo na ng magsing-irog na lubos ang kasiyahan
Wika nila'y may forever pala kailanman.

Mga puso'y tumitibok sapagkat siya ang dahilan
Tumitibok sa pag-ibig sa taong inilaan
Walang pag-iimbot hatid ay tunay na kagalakan
Pagmamahal.Si Kupido ang eksperto diyan.

Siya'y nakapikit kung pakawalan ang mga palaso
Kaya pag tumama sa kahit na sinong tao
Hahamakin ang lahat walang sinasanto
Oh pag-ibig bakit ganito.

Kapag pinana ni Kupido ang iyong puso
Ito'y may dalang kapangyarihan na tulad ng ginto.
Uusbong ang pag-ibig na wagas at totoo
Ibibigay ang lahat nang todong-todo.

Sa mga pusong kaylamig, sila'y nananalangin
Hiling kay Kupido'y panain ang damdamin
Upang sa araw ng mga puso'y tunay na pag-ibig ay
makakamtan din
Makakawala na sa dilim at liwanag ay titingalain.

Tunay nga daw na kapag pag-ibig ay iyong
naranasan
Ika'y kikiligin sa bawat oras na dumaraan
Tila ika'y nananaginip sa puso't isipan
Kapag kasama mo lagi'y walang hanggan ang
kaligayahan.

Oh kupido, panain mo sana ang lahat ng nilalang
sa mundo
Pag-ibig sana ang mamayani sa bawat tao
Wagas na pagmamahalan, walang lungkot at
siphayo
Tiyak na ang ating titirhan ay magiging isang
paraiso.

PAMBANSANG WIKA

P-agmamahal sa wika'y ating pakatatandaan
Ito'y huwag ikahiya't ipagmalaki kaninuman
Gamitin ito sa mabuting paraan
Sa pakikipag-usap man at pakikipagtalastasan.

A-raw-araw bigkasin at laging mahalin
Wikang Filipino ay dapat pagyamanin
Huwag kalimutan ito'y laging sasambitin
Saanmang lugar ito'y dapat tangkilikin.

M-ula pagkabata hanggang sa tumanda
Lahat tayo'y nagkakaisa't naniniwala
Wikang Filipino itong ating wika
Na naglalagos sa isipang makabansa.

B-atid ang saya't ligaya
Kung ang bawat tao'y may pagkakaisa
May pagkakaunawaan sa tuwi-tuwina
Wikang Filipino dinadakila ka.

A-ting pagyamanin ang pambansang wika
Wika nitong puso maging ng gunita
Pakaingatan at maging laging handa
Ipagmalaki sa isip, salita at sa gawa.

N-agbubunyi ang ating mga damdamin
Kapag ang wika'y bibigkasin
Kaydaling sabihin, kaysarap banggitin
Huwag kalimutan ito'y laging gamitin.

S-alamat naman sa wikang Filipino
Naipapahayag damdaming totoo
Sadyang nakakatulong sa lahat ng tao
Wika'y gamitin at isapuso.

A-ting pasalamatan mahal na pangulo
Kundi dahil sa inyo'y wika'y magkakagulo
Manuel L. Quezon, saludo kami sayo
Ama ng wikang Pambansa at iniidolo.

N-agkakasundo ang bawat isa
Bata, matanda,mayaman o dukha
Isa lang ang sinasambit at sinasalita
Wikang Filipino itanghal sa madla.

G-amitin natin sa mabuting paraan
Pananalita'y ayusin huwag dudungisan
Sa mga patimpalak at programa sa paaralan
Nangingibabaw pa rin wika kailanman.

W-ikang Filipino, wika nating lahat
Ating itanghal ng buong sikat
Sapagkat itinuturing itong agimat
Ng mga makata na mahilig sumulat.

I-pagmalaki ng buong kagitingan
Pambansang wika sa ating bayan
Kaya dapat tayo'y magtulungan
Sa pagpapalaganap nito sa ating lipunan.

K-aya kapit-bisig mga kababayan
Banyagang wika ay kalimutan
Bagkus wikang Filipino ipagmalaki nang lubusan
Upang ang lahat ay magkaunawaan.

A-tin ngayong tuklasin, paano pa natin pauunlarin
Ang Wikang Filipino sa panahon ng makabagong
teknolohiya, paano gagamitin
Pagbabagong nangyayari atin itong sasaliksikin
Nang umunlad pa ang wika natin.

KATAMARAN

Ito ba ay isang sakit na hindi malunasan
Walang gamot sapagkat ito'y nakagawian
Nakakahawa ba at maraming dinadapuan
O sadyang umiiral ang katamaran.

Bakit nga ba umiiral ang katamaran
Marami tayong palusot at magaling mangatwiran
Iba't ibang dahilan ang nagsusulputan
Upang mga gawain ay ipagpaliban.

Gusto pa nating idamay ang mga kaibigan
Upang sarili natin ay mapagtakpan
Ayaw kumilos sapagkat may ibang maaasahan
Ayaw mahirapan, gusto'y matupad ang
kahilingan.

Tayo'y nagiging tamad kapag di nakayanan
Lalo na kung tayo'y maraming dahilan
Oras ay di natin mailaan
Upang tapusin mga proyekto kailanman.

Paano kung iyong mahal sa buhay ika'y iiwan
Wala ka ng aasahan nang tuluyan
Wala ka naring masisisi't maikakatwiran
Paano mo ngayon sarili'y tutulungan.

Paano na iyong mga pangangailangan
Mabubuhay ka pa ba nang tuluyan
Paiiralin mo pa ba ang katamaran
O hihintayin mo na lang iyong kamatayan.

Katamaran, alisin natin sa ating puso't isipan
Palitan ng kasipagan
Nang sa gayon tagumpay ay ating makamtan
At maging maganda ating kinabukasan.

KALAMIDAD

Ang kalamidad ay ating nararanasan
Mayaman o mahirap ka man
Walang nakatakdang oras at lunan
Kaya't nararapat na ito'y paghandaan.

Isa sa kinakaharap natin sa kasalukuyan
Ang mga kalamidad na dumadaan
Ito'y hamon sa pangkalahatan
Upang tayo'y mailigtas sa kapahamakan.

Lindol ang kalamidad na nagpapahirap
Saanmang dako'y ito'y laganap
Paggalaw ng lupa'y bawat pamilya'y
magkakayakap
Maililibing lahat mga alaala't pangarap.

Malalakas na bagyo'y nagdudulot ng problema
Buhay ng bawat tao'y napapariwara
Mga bahay at ari-arian ay mawawala
Dahil sa kalamidad na ito, lahat ay mapipinsala.

Pagkasira't pagkaubos ng mga likas na yaman
Dahil sa pang-aabuso't kagagawan ng mga
mamamayan
Pagputol ng mga punongkahoy sa kabundukan
Malawakang pagbaha'y mararamdaman.

Pagiging handa ang magliligtas sa buong
sambayanan
Kaya't taon-taon mga drill ay ating lahukan
Sa mga pribado't pampublikong opisina't paaralan
Para tayo'y maging listo't handa sa mga kalamidad
sa kasalukuyan.

BASURA

Saanmang panig ng ating pamayanan
Ating makikita't masisilayan
Mga basurang nagkalat sa lansangan
Dahil sa ating kapabayaan.

Ang basura'y napakapangit tingnan
Kung wala ito sa tamang lalagyan
Nakatiwangwang at nangangamoy na sa daan
Kaya't kumilos na tayo nang tuluyan.

Kawalan ng disiplina ng mga mamamayan
Pagtatapon ng basura kahit saan
Wala nang pakialam at pakundangan
Kahit kapaligiran ay madumihan.

Bago sana itapon ang mga basura
Suriin muna baka ito'y pakikinabangan pa
Mga bote't lata'y pwedeng gawing plorera
Palamuti sa bahay o kaya sa eskwela.

Kailan pa tayo kikilos mga kasama
Kung ang ating mga basura'y tone-tonelada
Nagkalat na rin sa mga dagat, ilog at sapa
Tayo'y gumising at umaksyon tuwina.

Basura'y huwag nating hayaang sumira sa ating
kalikasan
Habang maaga'y tayo'y kumilos at magtulungan
Para rin naman ito sa ating kinabukasan
At sa ikagaganda ng ating kalusugan.

Basura mo, basura ko, basura nating lahat
Itapon ng wasto at wag ikalat
Tayo'y makiisa't sumunod dapat
Nang sa gayo'y tayo'y umunlad nang sapat.

KAPAYAPAAN

Kailan malalasap ang kapayapaan?
Saanmang bahagi ng sandaigdigan
Maraming nagaganap na di makabuluhan
Puro na lang giyera't awayan.

Saanmang panig ng ating mundo
Lagi na lang may nagkakagulo
Walang pagkakaisa, hindi disiplinado
Sapagkat namumutawi inggit, kasakiman at
paninibugho.
Iyong masisilayan mga krimen sa lansangan
Oras-oras ito'y nababalitaan
Mga tao tuloy nahihintakutan
Sapagkat inaalala nila, kanilang kaligtasan.

Bakit kailangan ang mundo'y magulo
Pwede namang maging mapayapa ito
Mga musmos tuloy sadyang nalilito
Dalangin nila'y kapayapaang totoo.

Kung ang lahat ng tao ay nagbibigayan
Nagpapakumbaba't walang inggitan
Ang pag-iiringa't awayan ay kalilimutan
Malalasap ang tunay na kapayapaan.

Kaysarap tumira sa tahimik na bayan
Walang pangamba't pag-aalinlangan
May pagkakaisa't pagtutulungan
Kapayapaan para sa ating kinabukasan.

O Poong Maykapal ang aming panalangin
Ito sana ay iyong dinggin
Bigyan mo ng liwanag ang aming puso't
damdamin
Nang kapayapaan ay mapasa amin.

TITSER

T-agumpay ay nakamit ng dahil sa kanila
Matiyagang nagtuturo walang kapaguran talaga
Dedikado, uliran at sobrang bait pa
Titser, isa kayong huwaran at dakila sa ating bansa.

I-niintindi kapakanan ng bawat isa
Matutong sumulat, magbilang at magbasa
Ang kanilang mithiin sa lahat ng bata
Matupad ang pangarap ng may pag-asa.

T-alaga namang wala ng hihigit pa
Sa mga titser na bayani tuwina
Titiisin lahat, makapagbigay lamang ng edukasyon
sa madla
At kinabukasan ng bawat mamamayan ay
makakamit na.

S-aludo ang lahat sa mga titser na
mapagkawanggawa
Walang pinipili mayaman man o mahirapa ka
Pantay-pantay ang pagtingin sa bawat isa
Kaya naman mga bata'y puring-puri sila.

E-nerhiya nila'y nakakabilib talaga
Di mo sila makikitaan ng anumang problema
Sapagkat masisilayan ang mga ngiti sa kanilang
mukha
Kaya mga bata sa kanila'y nahahalina.

R-espeto at pagpupugay sa kanila ay di mawawala
Sapagkat di uunlad ang lahat kung wala sila
Kaya naman atin silang pasalubungan ng
palakpakan tuwina
Mabuhay ang titser, bayani ng ating bansa.

MAGANDANG BINIBINI

Ako'y may nakilala, magandang binibini
Sa ganda't talino nya'y ako'y nabighani
Hindi nakapagsalita't ako'y napipi
Ang puso ko'y kabang-kaba at naduhagi.

Mukha nya'y parang anghel sa kalangitan
Boses nya'y kaysarap pakinggan
Mga mata nya'y kumukuti-kutitap at
nagkikislapan
Mga ngiti nya'y pumukaw sa aking isipan.

Siya'y mabait at madaling pakibagayan
Masarap syang kausap na animo'y parang
nakikipagtalakayan
Mahinhin siyang gumalaw na parang sinaunang
kababaihan
Maayos manamit na naaayon sa pupuntahan.

Ako'y nagkalakas-loob na nanligaw sa kanya
Hatid-sundo sa bahay nila
Nagbigay ng mga bulaklak at tsokolate na paborito
niya
O, magandang binibini ako'y sagutin mo na.

Lumipas ang mga araw at buwan
Ako'y nanunuyo pa rin sa kanilang tahanan
Mga magulang niya'y nakilala ko rin nang lubusan
At ang aming mga loob ay nagkapalagayan.

Ako'y nagtatalon at tuwang-tuwa ng ako'y
sasagutin na nya
Hindi ko maipaliwanag ang galak sa aking mukha
Tama nga ang kasabihang kapag may tiyaga ay
may nilaga
At matamis na oo nya ay aking nakuha.

Bigla nyang kinuha ang aking mga kamay at
naglapit ang aming mga mukha
Dahan-dahan nang naglalapit ang aming mga labi
at kami'y parehong nakapikit pa
Nang biglang anu-ano'y may yumuyugyog sa
aking balikat, ang nanay ko pala na dakila
Ako'y nananaginip lang pala sa aking
kinahihigaan.
Napakagandang panaginip, Magandang Binibini.

TAYO NANG MATH-TUTO

Matematika'y ating pag-aralan
Upang mga numero'y ating maintindihan
Paglutas ng mga sulirani'y Math-magaan
Ito'y makukuha natin nang lubusan.

Mga mag-aaral ito'y iniiwasan
Sapagkat sila'y nahihirapan
Word problemay di Math-intindihan
Unawain nang mabuti ito'y masasagutan.

Sa matematika'y iba't ibang kasanayan ay Math-
kakamtan
Basta't ibigay lamang lubos na kakayahan
Huwag susuko upang mapagtagumpayan
Kapag nagawa'y kaysarap sa pakiramdam at isipan

Matematika'y puno ng mahika
Sa oras ng klase ay puno ng ligaya
Pagsagot ng tama ay kaaya-ayang talaga
Walang mahuhuli lahat ay papasa.

Math-libang, tumuklas at sumagot sa asignatura
Iba't ibang modelo at ilustrasyon sa Matematika
Tunay na mga bagay kasama ang kaibigan o
kapareha
May pagtutulungan, lakas at talino'y sama-sama.

Tayo nang Math-tuto
Kakayanin ang lahat walang susuko
Problem solving ay itotodo
Mga tamang sagot ay makukuha at mabibilib kayo.

ZAMBALES WALANG KAPARES

Zambales, minamahal naming sinilangan
Rehiyong tatlo ang kinabibilangan
Labingtatlong mauunlad na bayan
Ang bumubuo sa napakagandang lalawigan.

Sagana sa likas na yaman
May gubat at bundok, batis, karagatan
Lupang mataba sagana sa halaman
Kaya naman sariwa't magaganda, tanim sa
bakuran.

Marami rin ditong magagandang tanawin
Mga tulay na buhangin at mga baybayin
Luntiang bukirin at bulubundukin
Di rin pahuhuli kaya't ating tangkilikin.

Mga kapistahan ay kaugalian rin dito
Napakarami, iyan ang totoo
Pinakatanyag, Mango Festival sa Kapitolyo
Na laging pinupuntahan at dinarayo.

Mamamayan nama'y napakamaasikaso
Mga bisita'y sasalubungin, nakangiti nang todo
Ika'y kakamayan at magmamano
Bilang tanda ng pagrespeto.

Halina't tunguhin lalawigan namin
Dito'y masaya may pang-akit mandin
Ika'y mawiwili't ito'y tatangkilikin
Lalawigang Zambales, may gayumang angkin.

Kaya't huwag nang magpatumpik-tumpik at
maging mabilis
Tara na't tayo'y umalis
Maghanda na't ika'y mabibighani nang labis
Sapagkat Zambales ay walang kapares.

MALIGAYANG KAARAWAN

Maligayang kaarawan aking kaibigan
Ako'y nagagalak sa iyong kabaitan
Kahit man lang sa tula ika'y mapasalamatan
Buong puso'y ika'y hahandugan.

Aking regalo'y iyong abutin
May kalayuan man sayo'y makakarating pa rin
Pakiramdaman mo lang puso't damdamin
Lubos na pagbati'y nasasalamin.

Ang isang tulad mo'y dapat tularan
Modelo ng kabataan sa lipunan
Dahil sa iyong katalinuhan at kasipagan
Ika'y iniidolo't hinahangaan.

Isang kaibigan, kapatid at kasamahan
Sa hirap man o ginhawa'y laging andyan
Sa mga pagsubok ika'y dadamayan
Susuportahan ka nya at di pababayaan.

Ako'y naririto aking kaibigan
Sa iyong paglalakbay di kita iiwanan
Ano mang oras pag ako'y iyong kailangan
Tawag ka lang ika'y aking tutulungan.

Ngayong kaarawan mo'y aking dalangin
Na iyong makamit hinahangad mong bituin
Mga pangarap na kaya mong abutin
Manalig ka lamang at ito'y kanyang diringgin.

Maligayang kaarawan aking kaibigan
Ika'y sana'y laging patnubayan
Ng Poong Maykapal sa kaitaasan
Magandang kinabukasan ay iyong makamtan.

Sana ang tula ko'y iyong magustuhan
Dahil ito lamang ang regalo ko sa iyong kaarawan
Sana'y di magbago maganda mong kaugalian
Salamat sa pagiging mabuting kaibigan.

HALALAN TUNGO SA MAGANDANG KINABUKASAN

Atin na namang masasaksihan
Ang babago sa ating sambayanan
Tayo'y magkaisa't magmahalan
Ngayong araw ng halalan.

Itigil na sana ang mga bangayan
Wala ng away at mga alitan
Matiwasay at maayos ang kinakailangan
Para sa ikauunlad ng ating bayan.

Iboto ang matatag at may paninindigan
Isang lider na tunay na maaasahan
Walang kinikilingan, walang pinoprotektahan
Pantay-pantay ang tingin nya sa nasasakupan.

May takot sa Diyos at lider na uliran
Lagi siyang handa, di nang-iiwan
Magaling at masigasig sa anumang larangan
Lahat ay gagawin, tungkuli'y gagampanan.

Piliin sana natin nang lubusan
Isapuso't ilagay natin sa ating isipan
Mga lider na mabuti ang kalooban
Kapag nailuklok sa pwesto'y di tayo pababayaan.

Huwag magpadala sa ibang mamamayan
Dahil ikaw na botante ang may karapatan.
Boto mo'y susi sa kaunlaran
Sa lahat ng dako at paroroonan.

Huwag matakot, O kaibigan

143

Tayong mga botante ang bida ngayong halalan
Sa ating mga kamay nakasalalay, ang babago sa
lipunan
Kaya pagpili ay atin sanang galingan.

Maging maganda sana ang kalalabasan
Ng halalan na masusing pinaghandaan
Wala sanang mangyaring aberya at kapalpakan
Tayong lahat hawak-kamay at magtulungan.

Halalan tungo sa magandang kinabukasan
Alam kong ito'y ating makakamtan
Matiwasay at maayos ang kahihinatnan
Bansang Pilipinas, uunlad nang may kaginhawaan.

KABATAAN SA NGAYON

Panahon ng teknolohiya't modernisasyon
Naglipana iba't ibang gadyets at cellphone
Kompyuter, laptop, I pod sila'y mayroon
Yan ang mga kabataan sa ngayon.

Mga kabataa'y marami nang nalalaman
May gustong gawin at may matuklasan
Hindi pahuhuli kahit sila'y masaktan
Makuha lamang ninanais na Kalayaan.

Ibang kabataa'y nagrerebelde't nagwawala
Kulang sa pagmamahal at pagkalinga
Ang iba'y napapahamak at napapariwara
Buhay nila'y nasadlak sa dusa.

Kabataan sa ngayon ay nag-iba na
Wala nang kinatatakutan kahit mga magulang pa
Dahil sa impluwensiya ng kanilang barkada
Nawawala sa katinuan dahil sa droga.

Ang iba nama'y wala ng galang sa nakakatanda
Kung kanilang bulyawan daig pa ang bata
Sa bunganga nila'y namumutawi masasakit na
salita
Kabataan sa ngayon, bakit kaya?

Kabataan ang pag-asa ng ating bayan
Na wika ni Rizal na nagpamalas ng kabayanihan
Kaya mga kabataan inyo sanang pakinggan
Pangarap at tagumpay inyong makakamtan.

Mga kabataan inyo rin sanang pangalagaan
Kapaligiran para sa kinabukasan
Pagtaguyod at paglinang inyo sanang pangunahan
Inang kalikasan iyong pag-ingatan.

Kabataan sa inyo nakasalalay
Kinabukasan at pag-unlad ng inyong buhay
Makinig sa magulang at inyong ialay
Tagumpay na nakamit sa tamang paggabay.

Kabataan sa ngayon, kayo'y gumising na
Baguhin ang ugali't tumindig ng buong sigla
Humingi ng tawad sa mga pagkakasala
Upang ang buhay ay maging kaaya-aya.

UWI KA NA INAY

Kumusta na kaya ang aking Inay
Ako'y nalulungkot at di mapalagay
Takot ang namamayani sa aki'y nananalaytay
Dahil sa kinakaharap nating di nakikitang kaaway.

Bigla na lang pumapatak ang luha sa aking mga
mata
Dahil sa matinding pag-aalala
Nasa mabuti kaya ang kalagayan niya
O siya'y nahihirapan na't nagdurusa.

Sa ibang bansa siya'y nakikipagsapalaran
Upang maiahon daw kami sa kahirapan
Siya'y nagpakalayu-layo at kami'y pansamantalang
iniwan
Para daw ito sa aming kinabukasan.

Ngunit ngayon kami ni itay ay nag-aalala
Dahil sa matinding krisis dala ng virus na corona
Si Inay biglang naglahong parang bula
Sapagkat siya'y di matawagan sa cellphone niya
Kahit na sa Social media.

Araw-araw ang dibdib ko'y kakaba-kaba
Umaasang si Inay sa ami'y tatawag pa
Ano na kaya ang nangyari sa kanya
Sana'y mabuti ang kalagayan niya.

Kung anu-ano na tuloy ang sumasagi sa aking
isipan
Baka siya'y nagpositibo na sa virus na
kinatatakutan
At nakaquarantine at nakakulong sa tahanan
Dasal ko na lamang ito'y walang katotohanan.

Panalangin ko na lamang sa kaitaasan
Na siya'y ligtas sa kapahamakan
Covid 19 mapuksa na sana nang tuluyan
At Inay ko'y makauwi na't makasama na naming
nang lubusan.

PANALANGIN ANG SANDIGAN

O Diyos na makapangyarihan
Ang buong mundo'y dumudulog ng may
kababaan
Kami sana'y pakinggan sa aming panawagan
Ikaw ang pag-asa namin sa ganitong kalagayan.

Kami'y lumalapit ng buong puso
May pagtitiwala at nagsusumamo
Idinudulog namin sa inyo ang Covi-19 na ito
Malubhang sakit na pinagdadaanan ngayon ng
buong mundo.

Bigyan mo po ang mga doctor, nurse at health
workers ng sapat na karunungan
Sila'y ingatan mo sa sakit para hindi sila
mahawaan
Bigyan mo ng katatagan ang lahat ng mga
frontliners upang tungkulin nila'y magampanan
nang lubusan
At sa kanilang mga sakripisyo't pagod ay madama
nila ang inyong kalakasan.

Ang mga nagpositibo man sa Covid-19 ay inyo po
sanang tulungan
Sila sana'y iyong pagalingin at protektahan
Patatagin ninyo ang kanilang mga kalooban
Nang sa gayon sila'y patuloy na lalaban.

Maibsan sana ang lungkot at kapighatian
Ang mga nawalan ng mahal sa buhay kailanman
Tanggapin nyo po sila sa inyong tahanan
Kayo na may likha ng lahat ng sangkatauhan.

Matatag na komunidad inyo po sanang ibigay
Sa ganitong sakuna't kalamidad kami sana'y
magkaisa nang sabay-sabay
Takot sa aming mga puso ay iyong alisin
At kapayapaan ng aming isipan ay iyong punuin.

Sa mga taong may mahinang pangangatawan
Dalangin namin na sila'y maproteksyunan
Sa mga nawawalan ng pag-asa't napanghihinaan
Inyo po sana silang palakasin nang tuluyan.

Sa lahat ng tahanan na nahihirapan sa kanilang
kakainin
Ang mga hapag-kainan po sana nila'y mapuno ng
pagkain
Sa lahat ng nangangamba't nag-aalala
Kapayapaan nyo po nawa ay maranasan nila.

Sa mga hindi makauwi sa kanilang mga pamilya sa
probinsya
Gabayan mo po sila tuwina
Kalooban nila'y iyong patatagin kahit magkakalayo
sila
Bigyan mo po sila ng panibagong pag-asa.

Sa lahat po ng mga namumuno
Saanmang lupalop ng mundo
Pagkalooban nyo po sila ng talino
Kung paano malalagpasan at makakabangon sa
krisis na ito.

O Diyos alam kong pagsubok lamang ang lahat ng
ito

Ipinahintulot nyo man ang sakit na ito
Upang kami'y magbalik-loob sa inyo
Sapagkat kami'y nakakalimot na't wala ng oras sa inyo.

Kaya sa pagkakataon pong ito
Kami'y nakikiusap at nagsusumamo
Lubos na kagalingan ang aming hinihiling sa pagkakataong ganito
Amin sanang malagpasan ang krisis ng Covid-19 na ito.

Kaya sa kinakaharap namin ngayong karamdaman
Tanging panalangin ang aming sandigan para sa hindi nakikitang kalaban
Kami'y nagpapasalamat ng buong kagalakan
Sapagkat malapit ng bumalik sa normal ang aming mundong kinagisnan.

TUNGKOL SA MAY AKDA

Si ROMMEL R. QUINSAY ay lumaki sa San Antonio Zambales. Siya'y nag-aral ng Elementarya sa Mababang Paaralan ng Central San Antonio. Noong bata pa siya hilig na talaga niya ang mga tula.Sa katunayan sumasali siya sa patimpalak ng pagbigkas ng tula kung saan siya'y nananalo.

Pagdating ng hayskul nahasa naman siya sa pagsulat ng mga tula, isa siya sa contributor ng kanilang School Paper. Siya'y nakapagtapos ng sekondarya sa T.R Yangco Educational Institute San Antonio Zambales.

Sa kolehiyo pinagpatuloy niya ang hilig sa pagsulat ng tula. Sumali siya sa mga patimpalak na kung saan nakapag-uwi siya ng mga karangalan. Kinilala rin siyang pinakamahusay na manunulat ng taon. Siya'y nagtapos ng Bachelor of Elementary Education sa Magsaysay Memorial College San Narciso Zambales.

Taong 2016 naman ng siya'y nakapagtapos ng Master of Arts in Education, Major in Educational Administration sa President Ramon Magsaysay State University Castillejos Campus.

Sa kasalukuyan siya ay Teacher III sa Pamatawan Integrated School, Subic Zambales kung saan tinuturuan niya ang mga nasa ikatlong baitang.

Ngayong isa na siyang guro, lalo niyang pinaghusayan ang pagsulat ng mga tula.Kung free time niya sa pagtuturo, dito siya nagkakaroon ng pagkakataon na lumikha ng mga tula. Bukod sa mga tula, nakahiligan niya ring gumawa ng mga Kwentong Pambata at lathalain.

Isa siya sa mga contributor sa Modern Teacher magazine, ang kinikilalang magazine ng mga guro sa buong bansa. Bukod dito nailathala din ang kanyang mga likha sa Deped Zambales Journal, ang opisyal na magazine ng Deped Zambales, CLRAA Bulletin, The Art Prof Magazine, Ang Mandaragit (School Paper of Pamatawan I/S), at Borotoy's Jambo Journal, ang opisyal na Journal ng 17th National Jamboree.

Sumali rin siya sa mga patimpalak sa iba't ibang page ng tula sa Facebook. Kinilala rin siyang Makata ng Taon 2020 sa page ng Poems Not For Stella. Talaga namang isang Makatang Guro si sir Rommel.